சீதனம் சீரழிவின் சாதனம்

த.சிந்துகவி

BOOK BENCHERS

சீதனம் சீரழிவின் சாதனம்
ஆசிரியர் © த.சிந்துகவி
முதற்பதிப்பு *2022*

பக்கங்கள் *152*

Published by Book Benchers 2021

ISBN 978-93-5533-011-6

ThebookBenchers@gmail.com
Contact 9944992571

Affliateded By
Aelay Publish
www.aelaypublish.com

" உங்கள் எழுத்துக்கள்   உலகத்துடன் பேசட்டும் "

என்னை வாழவைக்கும் தமிழ்
அன்னைக்கும் என்னை ஆண்டு கொண்டிருக்கும்
என் அருமை தமிழுக்கும் என் சிரம் தாழ்ந்த
வணக்கம் !

மனிதநேயமென்று மன்றங்கள் அமைத்தாலும்
பெண்ணியவாதிஎன்று போர்க்கொடி நட்டாலும்
அடங்காத பேராசைக்கும் - சில
ஆணவம் நிறைந்த வக்கிரபுத்திக்கும் - இன்னும்
பல கொடுமைகளின் பசிக்கு
உலகில் எங்கோ ஓர் கோடியில்
ஒரு பெண்ணும் அவள் குடும்பமும்
விருந்தாகின்றனர்...

இதுபோன்ற சிறுமூளைக்காரர்களின் புத்தியை
உங்கள் எழுத்துகளால் தீட்டி...
நம் மொழியைக் கூர்மையாக்கி 70 கவிஞர்கள்
இணைந்து தொகுத்த கதம்பமாலை இது !

சீதனம் - சீரழிவின் சாதனம்.
தொகுப்பாளர் :
த.சிந்துகவி
தூய சவேரியார் கல்லூரி,
பாளையங்கோட்டை
இவர் சிந்துகவி பாளையங்கோட்டை தூய
சவேரியார் கல்லூரியில் இளங்கலை பயின்று
வருகிறார். தமிழ் சேவகி என்பது இவர் புனைப்
பெயராகும். வளரும் கவிஞரான இவர் தன்
வார்த்தைகளால் சமூக நிலைகளை

எடுத்துக்காட்டுவதில் ஆர்வமுள்ளவர்.
இந்நூலின் தொகுப்பாளர் ஆகிய இவர்
இந்நூலில், சீதனம் எனப்படும்
வரதட்சனையினால் ஒரு பெண்ணும் அவள்
குடும்பமும் இச்சமூகமும் படும் பாட்டினையும்
அவலங்களையும் பல கவிஞர்களின் அறிவு
களஞ்சியத்தில் உதித்த ஒளிக்கற்றைகளை
ஒன்றாக திரட்டி குவித்திருக்கிறார்.

\

அணிந்துரை

" 'சிந்து' நதிக் குளிர்நீர் எடுத்து
'கவி'ச் சாரலோடு பாத் தொடுத்து
தமிழ்த் தெளித் தேன் எனும் நாண் முடிந்து
பாவையவள் பாதைக்கு ஒளி கொடுத்து
பேதை என்போர் முகத்திரைக் கிழித்து
போதை மட்டுமெனும் புத்தி எரித்து
வெறும் பொருளெனச் சொன்னால்
பெரும் பொறுப்புனக்கிருப்பதென உதறிச் செல்!
புலம்பெயராமல் மட்டும் உறுதியாய் நில்!! "

மாற்றம் ஒன்றே மாறாதது என்பதையே மாறாத ஒன்றாய் கொண்டிருக்கும் மானிடத் தத்துவத்தின் படி நம் இயல்பு வாழ்க்கையிலும் பல மாற்றங்கள் உச்சத்தை தொட்ட போதிலும் இன்றும் சில மந்தார நிலை சற்று அச்சத்தையே தருகிறது.

பண்பாட்டையும் கலாச்சாரத்தையும் சீர்தூக்கிப் பார்க்கச் சொல்ல பலர் இருந்தபோதிலும் வெறும் பணத்தையும், பொன்னையும், பொருளையும் கொண்டு உயிர் கொண்ட எனது "அவள்" என்பதை முற்றிலும் உணராமல்- உணர -உணர்வில்லாமல்- வெறும் லாபம் தரும் முதலீட்டு இல்லா பொருளீட்டும் கருவியாகவே பார்க்கும் அவலத்தை 70 கவிஞர்களுக்கும் மேல் உள்ளோரின் மொழி சாட்டை அடிகளை கொண்டிருக்கும் " சிதனம் - சீரழிவின் சாதனம் " என்னும் கவிதைத் தொகுப்பு நூலிற்கும், இத் தளத்தை அமைத்து தந்த *BOOK BENCHERS* குழுமத்திற்கும், இக்கவிதை நூலைப் பொறுப்பேற்று தொகுத்து வழங்கும் அன்பு மகள் சிந்துகவி அவர்களின் முயற்சிக்கும் மனமார்ந்த பாராட்டுக்களும் வாழ்த்துக்களும் !

உங்கள் கவிகள் வாயிலாக எடுத்துரைத்தச் சொல்
வன்மைகள் அனைவர் வாழ்விலும் செயலாற்ற ஒளியேற்ற
ஒரு தூண்டுதலாக அமையும் என நம்புகிறேன். இனிவரும்
காலங்களிலாவது விசும்பி விம்மும் விஸ்மயாக்களைக்
காணாது இருக்க அதிகாரக் களவாடுதலைத் தவிர்ப்போம்.
மேலும் உங்கள் உள்ளக் கொதிப்பால் இச்சமூகத்தை
சமையத்திட பண்படுத்திட பலச் சரித்திரங்கள் தீட்டுங்கள்.

அன்புடன்
- அருட்பணி. வளன் அரசு

ST. JAMES PARISH
231 MORDEN ROAD
OAKVILLE, ONTARIO L6K 2S2

Oakville, Canada
September 29, 2021

Dear Readers:

I am very delighted to know that a group of young people have authored an e-book titled "SEETHANAM SEERAZHIVIN SAATHANAM" meaning the impact of Dowry in society. Dowries, a thing of the past or still in existence today? The impact of dowries still contributes to many deaths, suicides and abuses in society today.

Much work is necessary to help empower young women in all walks of life. Women need to feel their worth and contribution to society. This can be achieved through equal education, job opportunities and equal pay. By breaking away from dowries, women can transform their visions and dreams into reality, provide influence for a brighter future for the world as a whole.

Let us break this system to bring out brighter futures for women. Let us learn from this collection of poems that all lives have to be given importance. We must move away from this old, regressive idea and support a developing world where the foundation for the family is built on love, understanding and mutual respect between the couple. May it illuminate the need for change and inspire a pathway to a new, brighter life.

Just as a man needs a woman, a woman needs a man, but this is not to be for financial gain or change or a business deal. God created man and woman to be united by love not by money.

I am sure that this e-book will be useful for all readers especially those taking interest in such areas and it will be a treasure for social viewers and thinkers in new life.

I appreciate and encourage Miss. Sindhu Kavi who put her effort in collecting all written poems of young people and coordinating it with diligent work.

Sincerely Yours in Christ,

Fr. Joseph Ahilan, C.R.S.P.

ஆசியுரை

சிந்துகவி
கவி பாடியிருக்கிறாள்.
இளம் புலர்வர்களை
இனங்கண்டு தேர்ந்து
கவி மழை மொழிந்துள்ளாள்.
சீதனம் சீரழிவின் சாதனம்
விந்தையூட்டும்
தலைப்பு.
நூலில் காணப்பெறும்
எல்லாக் கவிகளும் சிறப்பு.
எளிய தமிழ்
இனிய நடை
ஆழ்ந்த சிந்தனை
இந்நூலில்
குடியிருக்கின்றன.
இந்நூலைப்
படிப்போர்
உள எழுச்சி பெறுவர்.
மகளிர் பால்
அக்கறை கொள்வர்.
இளம் புயல்
சிந்து கவிக்கு
எனது ஆசீர் நிறைவாக
வழங்கி பூரிக்கிறேன்.

அவளது இலக்கியப் பணி
தொடரட்டும்
விரிந்து பரவட்டும்

அருட்திரு. முனைவர். நி.
வியாகப்பராஜ்
பங்குத் தந்தை
நாலாங்கட்டளை.

வாழ்த்துரை

எனது மருமகள் சிந்துகவி இந்நூலை தொகுத்திருப்பது எனக்கு
மகிழ்வு தருகிறது. இந்நூல் உருவாக்க எனது மருமகள் அல்லும்
பகலும் உழைத்திருக்கிறார். அவரது முயற்சி வெற்றி
ஈட்டியுள்ளது.
இளம் வயதிலேயே கவி புனையும் ஆற்றல் கைவரப்
பெற்றிருக்கிறாள். நவீன கருத்துக்கள் இந்நூலில் பொதிந்து
கிடக்கின்றன.

இன்னும் நிறைய கட்டுரை, கவிதை, சிறுகதை, நெடுங்கதை
நூற்கள்
எழுத வேண்டுமென அவளை நான் உளமார வாழ்த்துகிறேன்.

தமிழுக்கு அவள் ஆற்றும் இந்த இலக்கியச் சேவை ஆல் போல்
வளர்ந்து கிளைவிட வாழ்த்துகிறேன்.

இந்நூலை அதிகமானோர் படித்து பயன்பெற வாழ்த்துகிறேன்.

என்றும் பாசமுடன் மாமா ,

வி. ஆரோக்கியராஜ்.
தலைவர் - விருதுநகர் மாவட்ட கூட்டுறவு ஒன்றியம்
தலைவர் - விஸ்வநத்தம் தொடக்க வேளாண்மை
கூட்டுறவு பேங்க்
சிவகாசி.

Rev. Dr. V. Henry Jerome, S.J.
Rector & Vice-Chairman

Jesuit Residence
St. Xavier's College
Palayamkottai - 627 002
Tamil Nadu, India

(0462) 2560616
(0462) 4264214
(P) hejerome@gmail.com
(O) sup.sxc@mdusj.org

நெஞ்சார வாழ்த்துகிறேன்...

உங்கள் வெவ்வேறு வரோடும் சேர்ந்து கவிதைகளை எழுதியுள்ள 70 இளம் கவிஞர்களையும், அனைத்தையும் தொகுத்து புத்தக வடிவில் தந்துள்ள இளம் கவி த. சிந்து கன்னியையும் மனதார பாராட்டுகிறேன்.

ஓவட்டியாய் குற்றுவோர், வீணாறாய் அலைவோர், வெற்றுச் சண்டை போடுவோர், அலை பேசிக்குள் நாழ்தைவுத் தொலைப்போர், தான்தோன்றியாய் திரிவோர் எனப் பலப்பல வகைகளில் இளையோரை நாம் பார்த்திருக்கின்றோம். அவர்களையெல்லாம் தாண்டி, மேளையப் பெருந்து, சிந்தனையைக் கூராக்கி, மொழியணான அழகுதமாக்கி, சரியான சொல்லினை சரியான இடம் வைத்து,

நயமாய், நக்கலாய், நாகூக்காய்
மறைமுகமாய், நேரடியாய், அதிரடியாய்
வெட்டு ஒன்றாய் துண்டு இரண்டாய் பம்மாத்தின்றி
உள்ளதை உள்ளபடிச் சொல்லி உள்ளத்தை ஒடுங் செய்து
மனதுக்குள் இதுநாள்வரை இறுக கட்டணைத்திருந்த
வரலாற்றுக் கோட்டைகளையும், கருத்தியல் கோட்பாடு-
களையும் தமிழ்க் கோடரியாலும், புரட்சிச் சுத்தியலாலும்
மடமடவெனத் தகர்க்கத் துடிய்யும் எழுபது கவிஞர்களையும்
நெஞ்சினிக்க வாழ்த்துகிறேன்.

சிரழுக்கும் சாதனைங்கள் இச்சமூகத்தில் பல உள்ளன. நீங்கள் சிதைத்திலிருந்து தொடங்கியுள்ளீர்கள்.

இன்னை பிறவற்றையும் பற்றி எழுதுங்கள்!
பந்து எரியட்டும்!

வாழ்த்துக்களுடன்,

இறைவனிடம் ஒரு வேண்டல்

வாழ்வின் ஒளியாய்
வாழ்க்கைத் துணையாய்
வழிநடத்தும் உறவாய்
வையத்துள் சிறந்த தோழியாய்
சோர்வில் தேற்றும் தாயாய்- என்
வெற்றிக்கு காரணமாய்
வெற்றிக்கு உறுதுணையாய்- என்
வாழ்வின் அர்த்தமாகிய மகளே....
நான் கோழையல்ல !

உன்னிடம் மட்டுமே நான்
தோற்றுப் போனேன் ...
என் வாழ்வின் துணிச்சலோடு இருந்த எனக்கு
உன் வாழ்வில் ஏதோ பயம் எனக்கு !
நான் அடையா மகிழ்ச்சியை நீ அடைய
வாழ்வின் சுகம் அனைத்தும் பெற
இறைவனை ஓயாது தொழுகிறேன் !
என் வாழ்க்கைப் பயணத்தில்
சற்று திரும்பிப் பார்க்கிறேன் ...!
வியந்து போகிறேன்...!!
பார்க்கும் இடமெல்லாம் – உன்
முகம் தெரிகிறது எனக்கு !
நீ என் மகளா !
தாயா !
தோழியா !
எல்லா தாய்க்குமான உணர்வே இது !
எத்தனையும் மகள்களின் வாழ்வு கேள்விக்குறியாகிறது ?
வரதட்சணை என்ற அவலத்தால்
இக்கொடுந்தீயில் கருகிய மலர்கள் எத்துணை ?
இனிவரும் காலமாவது
ஒளிமயமாய் இருக்க

இறைவனை வேண்டி நிற்கிறோம் !

நீயாவது எங்களை ஏமாற்றாமல்
நிம்மதியின் அணைப்பைத் தந்திடப்பா !

-பா. பாக்கிய ஜாக்குலின் ஜாய்,

நீயாவது எங்களை ஏமாற்றாமல்
நிம்மதியின் அணைப்பைத் தந்திடப்பா !

சிறகை பிடுங்கும் சமூகம்

உன் உரிமைக்காகக் கொடுத்த பொன்னும்
பொருளும் உன் திறமையையும்
குணத்தையும் மறைத்து விட்டதே!
உன் புகுந்த வீட்டை செங்கோல் தூக்க வைக்க
நினைக்கும் உன்னை டவுறி கேட்டு
விரட்டுகிறதே இந்த சமூகம் ஏன்?
என் தந்தை சிந்திய கண்ணிருக்கு
நீ பதில் சொல்லித்தான் ஆக வேண்டும்
– வருங்கால தந்தையே!
கருவாகி
உருவாகி
திருவாகி
மணமாகி
உங்கள் வருங்காலத்து விதையை
சீராய் நடுவீர்களாக!

    - சு.அசோக் குமார்

பெண்ணாய் பிற

நீ சிறிதாய் நினைத்ததினாலேயே வரதட்சணை !
பெண் வீட்டுக்கு வருவதற்கு கொடுக்கும்
தட்சனையா அது?

உன் வீட்டு பெண்ணுக்கு
உண்டாக்குவீர் தைரியத்தை!
கற்றுக்க்கொடுப்பீர்
எதிர் கொள்ளும் எண்ணத்தை !
சிங்கத்துக்கு சிங்கமாகவும்
புலிக்கு புலியாகவும்
யானைக்கு யானையாகவும்
நீர் இருப்பிர் உயிர் தங்கும் சக்தியே...

- சு.அசோக் குமார்

பூக்களின் தாய்

பாலாகப் பிரிக்கப்பட்டாலும்
ஆண் பாலுக்கே அரியாசனம்
ஆணுக்கே முழு உரிமை
உன்னை காட்சிப் பொருளாக ஆக்கியபோதும்
பொருத்தயே தாயே !

பால் ஊற்று நீ என மறந்தார்களே...
உன் சக்தியை வெளிக்கொணராமல்
நீயேன் உறைந்துக்கிடக்கிறாய்...

வாடிய பயிருக்கு நீராய் நீ இருக்க
மருந்துக்கு ஆசைப்படுகிற மனம்
எங்கிருந்து வந்தது?

நீ பெற்றெடுத்த உண்மையின்
மதிப்புத் தெரியாமல் தரமற்ற காப்பானிடம்
காக்கச் சொல்கிறாயே...

- சு.அசோக் குமார்

கொடி வாடியக் கதை...

பொன்போல் பூத்தால் பெண்ணவள்
பிரச்சனைகள் வார்ந்தோறும் தரணியிலே...
குணக்காவல் செய்யும் கார்மேகங்களுக்குள்
மலர்முக தரிசனம் சமூகபேரணியிலே...

பிறந்த நொடி
பேதை என அண்ணன் கொள்ள
பெதும்மையாய் அக்காள் ரசிக்க
மங்கையாய் உற்றார் வெறிக்க
மடந்தையாய் உறவுகள் சிமிட்ட
அறிவை என பெற்றோர் கண்டனர்
தனித்து தரையிறங்கிய நாள் அதிலே..!

சிங்கார சீமாட்டியாய் வலம்வந்தவள்
வாசல் தாண்டி வானம் தொட்டவள்
கருத்தால் பல காரியம் சாதித்தவள்
கன்னிப் பருவம் எய்ததும்
முதற்கட்டை போட்டனரே...
கரம்பிடிக்க காலம் கூடாதோ?
சரி பாதியான ஆண்மகன் அந்த கண்ணுக்கு அமையாதோ?

புத்தகம் எடுத்த புண்ணியவதியை - நா
வித்தகம் செய்தே வளைத்து விட்டனரே !
காலில் விழுந்த குமரியைத் தள்ளி
கண்ணீரை வடித்த குழந்தையைக் கிள்ளி
பழுக்கத்தில் மோசம் போவதை
வழக்கமாகக் கொண்டனரே!

மிஞ்சிய கௌரவங்கள் கண்ணை மறைக்க
சுற்றாரின் கூற்று புத்தியைப் பறிக்க
பெண்ணின் சுகம் மஞ்சள் கயிற்றில் தானென்று
மின்சார பூவே மிருகத்திற்கு இரையாக்கினரே !

மார்தட்டி மெச்ச வேண்டிய தங்கம்
போர் தாண்டி ஓட வேண்டிய சிங்கம்
தார்ஊற்றி புதைத்த தன் கனவுக்கு பங்கம் - இன்று
வாழாவெட்டி என்று பெயரெடுத்து நிற்கவைத்தனரே !

தெரிவைப் பருவம் அதிலே
தேனொழுக கதைபேசி தெவிட்டாமல்
களித்திருக்கவேண்டிய அன்னமே- நீ
திக்குமுக்காடி தலைகாட்ட அஞ்சி
தன் வீட்டில் அகதியாய்
தரைதட்டிய கோலம் என்ன ?

கௌரவம் என்று கழுத்தை நெரித்த
கும்பல் எல்லாம் - இன்றும்
கலையிழந்த கலங்கரையை
கலங்கம் படிந்ததென ஒதுக்கியது என்ன ?

வாழையென தளிர்த்த கண்ணே - நீ
வாய் மூடி விம்பம் அழுகுரல் கேட்களியோ?
இந்த கவுரவக் காட்டுமிராண்டிகளின் கருவப் பசி
அடங்கலியோ ?

- தமிழ்ச் சேவகி
த. சிந்துகவி

வரதட்சிணை ஒழிப்பு

இறைவன் ஆண் பெண் இருவரையும்
மங்கையின் கருவில் உருபெறச் செய்ய
சமூகமும் சமுதாயமும் ஏன்
பெண்ணிடம் மட்டும் மனித நேயமின்றி
பேரம்பேச இணைகிறார்கள்....

பெண்கள் அடுப்பூதும் காலங்கள்
மலை ஏறி போய்
அறிவை வளர்க்க அடி எடுக்கும் காலமானது...
பெண்ணானவள் முடங்கிக் கிடக்க
வேண்டுமென கூறிய காலங்கள் போய்
முன்னேறி தடைகளைத் தாண்டி
தடம் பதிக்கும் காலமானது
சொத்துரிமை இழந்து பாத்திரம் துளக்கும் காலம் போய்
பாவை அவள் இல்லாமல்
சொத்துக்களை பகிரமுடியா காலமானது
மாதத்துள் சில நாட்கள்
தீட்டானவள் என்ற காலம் போய்
மாதவிடாய் என்பதை மறந்து மங்கை அவள்
அந்நாட்களிலும் நிற்காமல் ஓடும் காலமானது
கணவனை இழந்தோர் உடன்கட்டை
ஏறும் காலம் போய்
ஒற்றையாய் இருந்து பலவற்றை
படைக்கும் சரித்தரமானது
அன்று ஏற்படுத்திய எண்ணங்களெல்லாம்
இன்று பெண் முயற்சிக்கும் முயற்சிகளால்
அவையெல்லாம் தவிடுபொடியானது
சமுதாயத்தில் எத்தனையோ மாற்றங்கள்
மறைமுகமாக கடந்தும்
ஏன் வரதட்சணையை இன்னும்
வளர்த்துக்கொண்டிருக்கிறோம்?

ஒற்றை ரூபாய்க்கும் ஓயாமல்
ஓடிதான் உழைக்க வேண்டும் என்பதை புரிந்தும்
பலசவரண் அணிகலன்களை பண்ட பாத்திரத்தில்
பகிரசொல்கிறோமே மனசாட்சி இல்லையா!....
உயிர் கொடுக்கும் தருணம் முதல்
அகாலமாகும் அத்தருணம் வரை
பெண்ணானவள் குடும்ப வாழ்க்கையில்
பெருமிதமாக விளங்க
ஏன் பெண்ணிடம் மட்டும் வரதட்சிணை
கேட்க முன் வருகிறோம்?
விலை கொடுத்து வாங்க
அவள் ஒன்றும் விற்பனைபொருள் இல்லையே ...
மனிதா புரிந்துகொள்!
பெண்ணும் சரித்திரம் படைக்க பிறந்தவள்தான்
சாலை ஓரம் விற்கும் கண்காட்சி பொருள் அல்ல....

வரதட்சிணையை ஒழிப்போம்!
வரும் தலைமுறை பெண்களின் வாழ்வை காப்போம்!

குட்டி கவிதையாழினி
மு. மாரிச்செல்வி

விவாகரத்து சீதனம்

அவன் மேல் நான் தீராத காதல் கொண்டேன்
பெற்றோரை எதிர்த்து அவர்களை சமாதானம் செய்து
அவனை மணம் முடித்தேன்!
காதலனாக என்னை தாங்கியவன்
அவனுக்காக ஒரு உயிரை தாங்க ஏங்கினேன்
அவன் சம்மதம் இல்லாமல் போனது
வரும் நாட்களை எண்ணி இருவரும்
பணத்திற்காக ஓடினோம்
நான் என் சேய்காகச் சேமித்தப் பணம்
எல்லாம் இவன் தின்றுத் தீர்த்தான்
பிறகு நடந்த கொடுமை என்ன ?
எல்லாருக்கும் தெரிந்த சீதனம் தான்...
பல சிக்கல்களை அளித்து பிறந்த வீட்டு
சொத்தையெல்லாம் அபகரித்து வர சொல்லிச்
சோதனைகள் பல இழைத்தான்
சோர்வு இல்லாமல் எதிர்த்தேன்
மறு வீடு வர என் பெற்றோர்கள்
என்னை அழைத்தார்கள்...
நானோ மருமகன் இல்லாமல்
மறு வீடு வந்தேன்
மஞ்சள் ஈரம் கூட காயவில்லை – இன்று
என் வாழ்க்கை கேள்வி குறியாக இருக்கிறது
அவன் செய்த செயலால் ....
செல்ல பெயரால் என்னை
குழந்தையாக பாவித்தவனை - இன்று
விவகாரத்தில் விதி உள்ளது என்று
எண்ண வைத்துவிட்டான்...
சீதனம் எல்லாம் வெறும் தானம்
பிடித்தால் கொடுக்கலாம்
இல்லையோ நிற்கலாம்....

- அருணா தனசேகர்

சிதை சீதனத் தீயினிலே...

முண்டாசுக் கவி கண்ட கனவதை நனவாக்கப்
பட்டங்கள் ஆளவில்லையா?...நாம்
பாரிதில் தம் மழலைகள் நலம் பெற
திட்டங்கள் தீட்டவில்லையா?...நாம்
போரது முதலாய்ப் பூணும்
இல்லறம் வரை சட்டங்கள் காக்கவில்லையா?...நாம்
வேரதோடறுத்து மடைமைகள்
களைந்து வாட்டங்கள் நீக்கவில்லையா?...நாம்

புதுமைப் பெண்பற்றிப் புறத்திலே பேசுகிறீர்!
பதுமை போலுலகினில் பதுக்கிவைக்க எண்ணுவதேன்?
ஏதேது? பெண்ணுமோ ருணர்வுள்ள பதுமையெனப்
போதை யதகன்றுநீவிர் புரியுநாள் எந்நாளோ?

மலர்ச்சியாய் மங்கையவள்
எவருடனும் பேசிவிட்டால்
மகிமையிலாப் பெண்ணென்பீர்!
பேச விருப்பின்றி ஒதுங்கினால்
"பெருமை பிடித்தவள்" என்பீர்!
வாழவும் வழிசொல்லீர்!
மாண்டாலும் பழித்துரைப்பீர்!
சக்திக்கு மட்டும் நீவீர்
"சகலகலாவல்லி"யென விழா எடுப்பீர்!

மணமாலை சூடி மகிழ்ந்திடல் வேண்டுமென்றால்
"பணமாக எவ்வளவு தருவீர்கள்?" என்கின்றீர்! –
கற்பொழுக்கம்
கணமேனும் பிறழாத குணமான துணைவியிலும்
பணமொன்றும் பெரிதன்று - ஏனுமக்குப் புரியவில்லை?
கண்ணே! மணியே! எனக் காதல் புரிகின்றீர்!
"எண்ணமதி லென்றும் நீயே

வாழ்வில்லை நீயின்றி''யென்பீர்! – பின்
''அண்ணன் நான்; தங்கையுளாள்;
ஆதலாலெனக்கு ஒரு பன்னிரு லட்சங்கள்
பணமாக வேண்டு''மென்பீர்!

சீதனத் தீயிலே சீதைகள்
குளித்திடப் பேதைமை யிருளினுள்
''மேதகு'' இராமர்கள் இவர்கள்!
ஆறுமோ? அவர்தம் ரணம்??
மாறுமோ? இவர்தம் மனம்??
வேறுபல விடயங்களி லெல்லாம்
மாறுபடப் புதுக்கும் நாம்
சீர்தூக்கிப் பார்த்திட்டால்
சீரியதீர்வொன் றிதற்கும்
தெரிந்திடலாம் இனியேனும்...
சீதனமெனும் சீரழிவிற்காக...

-    கவியருவி பா.சரவணன்

சீர்குலைக்கும் சீதனம்

வெள்ளிக்கிழமை பொறந்த புள்ள
வெளிச்சம் தர வந்தவனு
வெளிய காட்டாம வளத்தையப்பா
வெத்தலை பாக்கு மாத்தி
விலை பேச வந்தவங்கள
வீட்டுக்குள்ள வரவேற்பது ஏனப்பா

வம்சம் தழைக்க வரமா வந்த
தலைமகள்னு வாய் நெறைய சொன்னியப்பா
வட்டி இல்லா கடனுக்கு
விலை பேசி விட்டது ஏனப்பா
கருப்பட்டி நிறத்தழகி
கண்ணு பட்டு போகும்னு
காத்துக்கும் தெரியாம வளத்தையப்பா
கல்யாண சந்தையில
காசு பணம் பவுனு நூறு
கொட்டி குடுத்தது ஏனப்பா

சமஞ்ச குமரிப்புள்ள
சத்தமா பேசக்கூடாதுனு
சாதி சனம் சொல்லையில
ஆணும் பெண்ணும் சமம்னு
சொல்லி கொடுத்து வளத்தையப்பா
இன்னைக்கு, வரதட்சணை அள்ளி தந்து
சொன்னது பொய்யாக்குவது ஏனப்பா

பெத்த பாவத்துக்கு
வெள்ளாம வயல வித்து
கல்யாணம் முடிச்சு வெச்ச
கட்டிக் கொடுத்த பாவத்துக்கு
நான் பெத்த பிள்ளைக்கும்

குடியிருந்த வீட்ட வித்து
காதுகுத்தும் முடிச்சு வெச்ச
பொட்ட புள்ள வாழணும்னு
கொட்டி குடுத்தது போதும்மைய்யா
பொட்டலிஞ்சு போனாலும்
பொலச்சுக்குமப்பா உன் புள்ள
சீராட்டி வளர்த்த சீமாட்டி
சீதன கொடுமைக்கு சீரழியக் கூடாதப்பா!

- *நந்தினி*

காற்றுக்கென்ன வேலி!

தங்கப்பதுமை அவள்!
மிளிரும் ஆடை ஆபரணங்களும், ஒளிச்சிதைவை பார்த்த
நொடிப்பொழுதில் ஏற்படுத்தும்
பொற்காசுகளும்,
பொன் உண்டியல் களும்,

ஆடம்பரத்தை அதிக விரும்பும்
ஆடி சீர்கள் என்ன ?
சீதனங்கள் என்ன?
தலைதீபாவளி கொண்டாடும் புதுமணத் தம்பதிகளுக்கு
புத்தாடைகளும், பட்டு வேஷ்டிகளும், காஞ்சிபுரம்,
சாமுத்ரிகா
பட்டுகள் என்ன?

பொங்கல் பொங்கி வரும்
புலராத காலை பொழுதில்
சர்க்கரைப்பாகுக்கு வெள்ளத்தை
அள்ளி கொட்டுவது என்ன?
கரும்பை ஒரே கடியில்
கடிப்பது என்ன?
தை சீர் என்ன?
தைப்பொங்கல் என்ன?
பட்டு, பீதாம்பரம் என்ன?
பீரோல் என்ன ? கட்டில் என்ன?
பஞ்சு மெத்தை என்ன?

வருடத்தில் உள்ள 12 மாதங்களும்
சீரும் சீதனமும்
கால நேரம் தவறாமல்,
அனுப்பி வைத்தால் மட்டும்
நீங்கள் தொட்டில் கட்டி,
தாலாட்டுப் பாடி,

தூக்கி வளர்த்த சீமாட்டி,
தங்க காப்பு அணிந்த தங்க கட்டி,
தேனும் தினைமாவும் ஊட்டி வளர்த்த பெண் உள்ளம்
குளிர்வது சாத்தியமா?

அவளை அக்னிசாட்சியாக தொட்டு தாலிகட்டிய,
கணவனின் சத்திய வாக்குத்தான் பலித்துவிடுமா?
அவளது இல்லறம்
நல்லதொரு இல்லறம் ஆகுமா?
அவள் கட்டிக்காத்த கனவுகள் தான் தங்குதடையின்றி,
தாக்குதலின்றி தான் நினைவாகுமா?
இல்லை கானல் நீராய்
கலைந்து போகுமா?
சீதனங்களும் சீராட்டுகளும் மட்டுமே அவள் இல்லற
வாழ்வை நல்வழிப்படுத்துமா?
பண்டை மாற்று முறை
வழக்கத்திற்கு மாறானது தான்,
அது பழக்கத்திற்கு வருவதுபோன்று,
பெற்ற பெண்ணை கல்யாணம் என்ற பெயரில், பேரம்
பேசி விற்கும்,
ஆண் ஆதிக்க சமூகத்தினர் என்று தான் திருந்த
போகின்றனரோ!

படித்து என்ன புண்ணியம்
பகுத்தறிவு துளிக்கூட இல்லையே! சொந்த வீட்டை அடகு
வைத்து,
உழைத்த காசை வட்டிக்கு விற்று,
வங்கிக்கணக்கில் சேர்த்து வைத்த சேமிப்பை
வரதட்சணை என்ற பெயரில்
வண்டிவண்டியாய் அள்ளிக் கொடுத்தாலும்
மன ஒற்றுமை, மணவாழ்வில் இல்லையெனில்,
பத்து பொருத்தங்கள் ஒத்துப் போனாலும்
மனப்பொருத்தம் இல்லையெனில்,
மலைமலையாய் குவிந்த காசு

மனக்கசப்பை மட்டுமே ஏற்படுத்தும்!

அது களிமண்ணிற்கு சமம்!
கால் தூசிக்கு பெறாது!
கந்தா, கதிரவா, வேல்முருகா, விநாயகா என்று
கதறினாலும்,
எந்த கடவுளும் கல்யாண வாழ்க்கையை காப்பாற்றாது!

தேடி சேர்த்த செல்வத்தை கல்விச் செலவுக்கு
பயன்படுத்துங்கள்!
அம்முதலீடு, பசுமரத்தாணி போல பதிந்து
காலாகாலத்திற்கும்
கை தூக்கி நிற்கும்!
சரித்திரம் படைக்கும்!
சந்ததியைக் காக்கும்!
காசை வைத்து
குடும்பம் மட்டும் தான் நடத்தமுடியும்!
நிம்மதியை விலைக்கு வாங்க இயலாது!இல்லை முடியாத
காரியம்!

பிடித்ததைப் பார்த்து பார்த்து வாங்கி கொடுக்கும்
பெற்றோருக்கு
ஒன்றும் மட்டும் எவ்வளவு எடுத்துச்சொல்லியும்
புரிவதில்லை புரியப்போவதுமில்லை!

அவள் ஒன்றும் ஆடு மாடல்ல,
தவிட்டு சந்தையில்
தாலி கட்டி விற்பதற்கு!

அவளது வாழ்க்கை துணையை தேர்ந்தெடுப்பதற்கு,
வரதட்சனை ஒரு ஆயுதமும் அல்ல!
அவள் கழுத்தில் தொங்கும் தாலி,
அவளது கனவுகளை தட்டிப்பறிக்கும் வேலியும் அல்ல!
                -பா.கவுசிகா (பார்கவி)

தாய்மையின் வழி...

தாயின் வளர்ப்பில்
அன்பும், பண்புமாய்!

தந்தையின் கரத்தில்
அன்னையின் வடிவமாய்!

உறவினர் மத்தியில்
மதிப்பும், மரியாதையுமாய்!

அயலார் கண்களுக்கு
கலங்கம் இல்லாதவளாய்!

சிறுவர் மத்தியில்
சின்னக் குழந்தையாய்!

அனைவரின் உள்ளத்திலும் சீரும், சிறப்புமாய்!
எம் பெண் வாழ்ந்தாள்!

இத்தகு குணம் படைத்த எம் பெண்ணை,

ஆண் என்னும் அங்கிகாரம் பெற்ற
உமக்கு மணம்முடித்து, எம்பெண்ணை அனுப்பி
வைத்தேனே!

நீயோ!
வரதட்சணை என்னும் விஷத்தை ஊற்றி விண்ணுக்கு
அனுப்பியதேனோ?

பூவும், பொட்டுமாய் இருக்க அனுப்பி வைத்தேனே!

நீயோ!
மரணம் என்னும் ஓலையை அனுப்பிவைத்தாயே!

ராணியாக வளர்த்த எம் பெண்ணை!
நானே,
நாலடி குழியில் தள்ளிவிட்டேனே!

எம் பெண்ணின் நிலை இனி எவர் பெண்ணுக்கும் நிகழக்
கூடாது:

புறப்படுங்கள் வேங்கைகளாய்;
பதுங்கியிருக்கும் மிருகங்களை வேட்டையாட!

புறக்கணிப்போம் வரதட்சணையை
வருகின்ற சமூகம் வளமுடன் வாழட்டும்!

பெண்கள் விற்பனையாளர்களோ, விளம்பர காரர்களோ
அல்ல! எதிர்கால விடியலுக்கு வித்திடுவோர்!

ஆண்களின் ஆதிக்கம் அதிகரித்த
வன்மம் இருப்பதாலோ...
இன்று,
 ஆண்களின் எண்ணிக்கையும்
குறைந்த வண்ணம் உள்ளதோ?
கடவுளே உணர்ந்து விட்டார் போலும்!
பெண்களுக்கு எவ்வளவுதான் கொடுமைகளை
வகிப்பதென்று!

பாம்பை போல் ,
புற்றுக்குள் இருக்கும் வரைதான் அமைதி!
வெளியே வந்து சீறினாள்
சிங்கமும் சுருண்டு
விழத்தான் வேண்டும்!!!

-வே.கனிமொழி

பூவிதழ்களுக்கொரு பூமாலை...

வண்ணப் பட்டாடை வாழ்த்துப் பாட
மரகத மயில்கள் போட்டி போட
மணமாலையுடன்
புகுந்த வீட்டில் கால்பதித்தது
அந்த பூவிதழ்

மணமேடையில் அவளை
வருடிய தென்காற்றெல்லாம்
பிணமேடையில் அவளை
நெருடும் முட்களானது.
புகுந்த வீட்டு உறவோ
பூவிதழை புண்ணாக்கியது
புன்னகைக்கு புள்ளி வைத்தது.

இருமண பந்தம் நாசமாகியது
மணநாள் பாசம் வேசமாகியது
பண ஆசை படையெடுத்தது,
நேசம் மழுங்கிய உறவுகளிடம்.
வாழ்வின் எல்லை தேடி
சிக்கி உழல்கிறது
சிறையிடப்பட்ட அந்த பூவிதழ்.

நாளுக்கொரு அக்கிரமமும்
பொழுதுக்கொரு அநீதியும்
இழைக்கப்பட்டது பூவிதழுக்கு.
புண்ணான பூவிதழ்
வாடத் தொடங்கியது.
பணத்தாசையால் தொந்தரவு
அதனால் தினமொரு சச்சரவு.

பூவிதழின்
விழியோர ஏக்கம்

வீதி நோக்கி பயணிக்கிறது.
விதியினால் பிரிந்த , பிறந்த
வீட்டின் உறவுகளைத் தேடி
விசும்பலுடன் நடை தொடர்கிறது,
தஞ்சம் அடையும் எண்ணத்தில்.

பொலிவிழந்த பூவிதழைக் கண்டு
சாம்பலானது அந்த நந்தவனம்.
நேயமற்ற நயவஞ்சக கூட்டத்தில்
நீதி கொடுக்க ஒரு நாதியில்லை.
உருக்குலைந்த மலரிதழின்
மனதிலேயொரு திருப்பம்- அது
மரணத்தை ருசி பார்க்க விருப்பம்.

மணக்கோலம் துறந்து,
மரணவோலம் பூண்டது
பூவிதழின் உள்ளம்.
நந்தவன மலர்களெல்லாம்
மாலையென விழுந்தன,
பணமாலை கொண்டு வர
நிர்பந்திக்கபட்ட பூவிதழ் மேனியில்.

பணத்தாசை படைத்த
மானங்கெட்ட மிருகங்களோ
பூவிதழின் மேல்விழுந்த
பூமாலையில் பணம்
தென்படுமா என தேடியது.
பூவிதழோ தன்னை உதிர்த்து விட்டது.

புலரும் காலையில்
மலரும் மலர்களெல்லாம்
மணம் பரப்பவே
மண்ணில் தோன்றுகின்றன.
நோக்கம் மறந்து

வதைபட்ட பூவிதழ்களுக்கொரு பூமாலை!!!

-தமிழ் ஜோ
 அன்டோ ஜோ லாரன்ஸ்

விடை கொடு மனிதமே...

அறிவியலால் ஆச்சரியமூட்டினாய்
ஆனால்
இல்லறத்தை கல்லறை ஆக்கினாய்
ஈரமனதை கூண்டோடு ஒழித்தாய்

உலகையே பிரமிக்கச் செய்தாய்
ஊசியினால் கூட சிசு பெறச் செய்தாய்
ஆனால்
எல்லையற்ற பொறுமையுடை இல்லாளை
ஏக்கத்தில் மிதக்க விட்டாய்

ஐம்பொன்னுக்கு மதிப்பழித்தாய்
ஒளியோனைக் கூட சுற்றி வந்தாய்
ஆனால்
ஓலக்குரலின் பிடியில் பெண்டிரை
மூழ்கடித்தாய்
ஔதசியக் குணமுடைய மகளிரை
இடுகாட்டுக்கு இலவசமாக அனுப்பிவிட்டாய்

மங்கையர்கள் விலைபொருள் அல்ல
திருமணங்கள் விற்பனை சந்தையுமல்ல
வரதட்சணை மரணங்களுக்கு
விடை கொடு மனிதமே
பறிகொடுத்த தருணங்களுக்கு
பதில் கூறு மனிதமே

சீதனங்களா உனை
சிகரம் தொட வைக்கிறது
சீதனம் தரா பெண்களை
உதாசீனப் படுத்தினாயே
நிறுத்திக் கொள் மனிதமே

நீங்கா வேதனையில்
நங்கையர்களை நீந்த விடாதே
வேதனையின் சாபம்
உன் தலைமுறையை
வேரோடு சாய்த்து விடும்
விழித்துக் கொள் மனிதமே
உன்னை நீயே காத்துக் கொள்

தன்னையே தாரை வார்த்து
தரும் அந்த தேவதைகளை விட
மேலான சிதனம் ஏதடா மானிடா
சொல்லப் போனால்
நீதான் தேவதைகளுக்குச்
சீர் செய்ய வேண்டும்
விட்டு விடு மனிதா
எட்டுத்திக்கும் புகழ் பெறுவாய்.

-தமிழ் ஜோ
அன்டோ ஜோ லாரன்ஸ்

சீதனத்தினால் சீரழியும் தந்தை, மகள்..!

உணவுக்கூட உண்ண வழியில்லாது,
ஊரெல்லாம் உழைத்து வந்து,
இரத்தத்தை யெல்லாம் வியர்வைகளாய் சிந்தி,
வீட்டைக்கட்டினால்,
தந்தையின் கடமையான
தன் மகளைக் கட்டிக்கொடுக்கும் காலம் இலகுவாய்
வாசல் வந்தது !
பார்த்துப் பார்த்து வளர்த்த பெண்ணை
பொறுப்பாய் பார்த்துக்கொள்வேன் என்றான் மணமகன்...

தன் மகளோ, மற்றொரு வீட்டின் மருமகளாக செல்ல,
மருமகனுக்கோ என் மகளின் மனம் போதாதாம் !
கூடவே, கூடுதலாக பணத்துடன், நான்
செத்து பிழைத்து சேர்த்து வைத்திருந்த சொத்தும்
வேண்டுமாம் !
சரியென்று சொத்துக்களையும் கொடுத்து, மகிழ்வோடு
வாழச்சொன்னால்,
மருமகனோ.,
நீ என்னோடு வாழ்ந்தது போதும்
இன்னும் எனக்கு சீதனம் வேண்டுமென்று
என்மகளின் வாழ்வையே சீதனத்திற்கு
சாதகமாக வைத்து சீரழிக்கிறாரே !

பெண்பிள்ளையின்வாழ்க்கை என்பதால்
கட்டிய வீட்டையும் விற்று...
கையிக்கு கிடைத்த காசையும் கொடுத்து...
காலம் முழுக்க வாழ வழிசெய்த,
அப்பெண்ணின் தந்தை தெருவில் நின்றபடியே.,
தேவதை போன்ற தன் மகளின் நிலமை
இன்னும் சீதனத்தினால் வேதனைகளில்
நிறைந்துள்ளதே என்று கண்ணீர்வடித்து
கொண்டிருக்கிறார - **நெல்லை சதிஸ்.**

இரக்கம் எங்கே?

கருவறையில் காத்திட்ட கண்மணியே உனைதானே
கருணையற்ற கூட்டமொன்று கூறுபோட பார்க்குதம்மா
கொஞ்சமுமே இரக்கமின்றி விலைபோட்டு விற்குதம்மா
கூட்டாகச் சதிசெய்து உன்வாழ்வை அழிக்குதம்மா!

சீராட்டிப் பாராட்டி வளர்த்திட்ட பேதையுனை
சிங்கங்கள் மத்தியிலே இரையாகப் படைக்கின்றோம்
சுயநலத்தால் உன்வாழ்க்கை சுக்குநூறாய்ப் போயிடவே
சுற்றம்தான் கைகட்டி வேடிக்கை பார்க்கின்றோம்!

பிஞ்சாய் இருக்கையிலே பொறுப்பாகப் பார்த்திட்டு
பின்னாளில் துயர்கடலில் பொறுப்பின்றி தள்ளுகின்றோம்
புதுமைப்பெண் மகுடம்சூட்டிப் பொய்யாக
நடிக்கின்றோம்
புரட்சியெனும் கதைபேசி புதைகுழியில்
அழுத்துகின்றோம்!

நிர்கதியாய் நிற்குமெந்தன் மங்கையுனைக் கண்டேதான்
நீதியின் தேவதையும் கண்மூடிக் கிடக்கின்றாள்
நிறைவான வாழ்வதனை நீவேண்டி நிற்கையிலே
நியாயமெனும் தராசைத்தான் விலைபேசி விற்கின்றாள்

மணமேடை மணந்திடவே மாந்தராய் வலம்வருவோம்
மங்கையரை மாண்பாய்த்தான் மதித்தேநாம்
போற்றிடுவோம்
மந்தையிலே கிடக்கின்றன மாடல்ல நம்பெண்டீர்
மனமொன்று அவர்க்குண்டு அதைநாளும்
உணர்ந்திடுவோம்!

- உமாதேவி வீராசாமி

சீர் செய்யும் சிற்பி

பொன் போல் போற்றப்பட வேண்டியவள்
தனக்குள்ளே புலம்பி புழுங்கி
வேதனை தீயில் வெந்த போது
உணர்ந்தேனே அக்கினியை விட
கொடுந்தீ சீரழிக்கும் சீதனம் என்று...

இந்த உலகில் உன்னை அனுமதித்த
பெண் இனத்தை பேணிக் காப்பது
உன் கடமை என்பதை மறந்து நீ
கடன் பட்டவளிடமே வட்டியை கேட்க
உன் மனம் என்ன கல்லா? ....
கருவிழி போல் காக்கப்பட வேண்டியவள்
பணம் எனும் காகிதங்கள் இல்லாததால்
கண்ணீர் கடலில் மூழ்க வேண்டும் என்பது
எழுதப்படாத விதியா? இல்லை
நம் சமூகம் செய்த சதியா?...

புனித கங்கையும் பரந்த பூமியும்
பெண்ணாக உருவகப்படுத்தப்பட...
பெண்ணாக தோன்றியவளை வரதட்சணையால்
புண்படுத்துவது தகுமோ?..
பொன்நகையை விலக்கி
பெண்ணின் புன்னகையை சீதனமாக
பெறுங்கள்.வாழ்வை சீர்செய்யும்
சிந்தையாக மிளிர்வாள்- பெண்....

- மு.கதிஜா

சிந்தனை நோக்கி

பூமியின் தாயாக மனித உலகத்தின் பல
பரிணாமங்களில் வலம் வந்து குடும்பத்தில்
பாசத்தை உணரச் செய்பவள் பெண்ணே..!!
கடவுளாகவும் புலவர்களாகவும் விளங்கிய
பெண்களை வாழ்க்கைத் துணை என்னும்
பெயரில் மாட்டுச் சந்தையில்
விலைக் கொடுத்து வாங்கும் அவலம்
இன்றைய அறிவியல் உலகத்திலும் திகழ்கிறதே..!!
மூடப் பழக்க வழக்கங்கள் நிறைந்த
மேகத்தால் மூடப்பட்ட போர்வையில்
வளரும் வரதட்சணை என்னும் கொடிய நோயை
இன்றைய சமுதாய இளைஞர்களாகிய நாம்
வேரோடு அறுப்போம்
புதுமண்ணை தூரவோம்
எழுச்சியுடன் வாருங்கள்..!!

-கு.க

அடிமைச் சங்கிலி

அன்றொருநாள்,
தாரமான ஒருத்தியின்
நிலை கண்டு குலைந்தது மனம்

விதியோடும் சதியோடும் அலையாகி
வாழ்வே காதல் சொப்பனமாக
சொற்ப நொடிதனிலே அவனிடம்
வாழ்ந்தால் உன்னோடு மட்டுமே
வாழ்வேன் என்றாள் - அன்பின்
காதலன் இனிமை கொண்டவனென்று
அவளது அன்பன் - தனது
தாய் தந்தையரிடம் அறிமுகம் செய்ய
மருமகள் என்னும் தலைமை
கொடுத்தார்கள்

அவள் வாழ்வின் வரமென - தன்
கரம் கொடுத்து,
உன் கரம் பற்றினாள்

அது வாழ்வின் வரமல்ல
சாபம் - இருள்
சீதனம் எனும் புன்னகை கொண்டு
புகுந்தாள் - உனது இருப்பிடம்
அவளது இருப்பிடமாக
இறுதிவரை புன்னகைக்கவே இல்லை

பிறந்த வீட்டில் ... அன்று
மணம் வீசும் மலராக
ஒளி ததும்பும் நிலவாக
விடிவெள்ளியாக - அவள்

புகுந்த வீட்டில் - இன்று

மணமில்லா மலராக
ஒளியில்லா நிலவாக
ஆயுட்கைதியாக அவள்...

புகுந்த வீட்டுச் சிறப்பும்
பிறந்த வீட்டுப் பெருமையும்
காக்க உறுதி பூண்ட
அவளோ!
அடிமையாக
ஆயுட்கைதியாக...

சீதனமே - பெண்ணுக்கு உயர்வாம்
அதுவே புகுந்த வீட்டின்
உயர்வாம் - பெருமையாம்

பூமியை விட்டு எக்கிரகத்தில்
வாழச் சென்றாலும் - சீதனம்
கேட்பார் - இம் மனிதர்கள்
இவர்கள் மனிதர்களல்லவே
கொம்பில்லா
மிருகங்கள்...
அரக்கர்கள்...

பெண்ணே விழித்திடு - உணர்ந்திடு
மடமை, துன்பம் உனது சொத்தல்லவே! - நீ
போதை தரும் பொருளல்லவே!

நீ கூனிக் குறுகாதே
துணிவாய் நிமிர்ந்து நில் - உன்
அடிமைச் சங்கிலியை உடைத்தெறி
நீ கோழையல்லவே!
நிமிர்ந்து நில்
தூக்கமின்றி தினம் துன்பத்தை
சுமந்தது போதும்

அஞ்சி வாழும் பெண்ணாயன்றி
நெஞ்சில் வீரம் கொண்டு
தடைகளை விலக்கி
சீதன வழக்கத்தை மாற்று
உலகை வெல்!!!

- செல்வி. சிவகுமார் தேவமலர்

பெண் ஆனவள்

தாய்க்கு சித்திரமாய்
வரைந்த மகள்
தந்தைக் கோர் தவமாய்
பிறந்த மகள்
அண்ணனை ஆசானாய்
கொண்ட மகள்
தம்பிக்கோ தாயாய்
நின்றாள் அவள் !

பள்ளி செல்ல சின்ன கையில் பாடம் ஏந்தி
வீர நடை போட்டாள்
பாரதிக்கு நன்றி சொல்லடி !

அடுப்பூத சொல்ல கன்னி கையிலே கனல் ஏந்தி
கண்ணீர் நடை போட்டாள்
சமூகம் வென்று செல்லடி !

மது உண்ட ஆடவர்
மாது என்று உன்னை
மதிக்காது இங்கே
சர்வ நாசம் செய்தாரே !

நீதி கொண்ட பெண்ணாய்
நேர்மை என்று நின்று
அநீதி மிதித்தே
தராசு ஏந்தி தேவதை ஆனாய் !

தாய் வீடு வந்த தேவதைக்கு
புகுந்த வீடு செல்ல
தேவை சீதனம் அவளுக்கு - என்றே
சதி செய்தோர் யாரோ !

பிறந்த வீட்டின் சொர்க்கம் அவள்
புகுந்த வீட்டில் சீதனம் ஆனாள் !

பெண் ஆனவளே நீ
என்றென்றும்
கண்ணில் கனல் ஏந்தி
காயவர்தனை கண்ணிடு !
வென்றிடு !

ம. சுதா

பெண் அவளின் பொன் மதிப்பு

அன்று விரும்பி கொடுக்கப்பட்டதுவே!
இன்று விரும்பி வாங்கப்படுவதுவே!
மணம் முடிக்க தேவையோ பொன் மகள் தானே! அல்ல
பொன் அது தானோ!

பட்ட படிப்பே சாதனை என பெண் அவள் நினைப்பு!
பொன் நகை அது போதுமென மகன் வீட்டார் நினைப்பு!

சீதனமென கொண்டுவரப்பட்டது அல்லவே காட்சி
பொருளென மற்றவர் பார்வையில்!
பெண் அவளின் மதிப்பும் தானே !

இது தானா என்றும் இவை தானா என்றும் தூற்றப்படுமே
சிலர் மனையில்!

அவளை தூக்கி எறிவதும் சிலர் மனையில்!
கேட்பது குற்றம் என்ற சட்டம் என்றாயினும்!

கேட்பதில்லையே வாய் திறந்து! புரிய வைப்பதோ
செயல்களிலே!

மணமகன் வீட்டில் கொடுக்கப்படுவதோ பொன்னும்
பெண்ணும்!
தன் வீட்டில் இருக்க பெறுவதோ வறுமையும்
வேதனையும்!

படித்த பெண் அவளுக்கும் பழிச்சொல்லே!
மாறுமோ இந்நிலை!
இன்று மாற்றமே வேண்டிய நிலை!

ச.நர்மதா

என் மதிப்பு

என் பிறப்பு, மகாலட்சுமிக்கு இணையாக இருந்தது...

என் கல்வி, சரஸ்வதிக்கு இணையாக இருந்தது....

என் தைரியம், சக்திக்கு இணையாக இருந்தது...

என் புத்தி, கங்கைக்கு இணையாக இருந்தது...

என் மகிழ்ச்சி, இமயத்திற்கு இணையாக இருந்தது...

என் மன அமைதி, பூமாதேவிக்கு இணையாக இருந்தது...

என் அழகு, தமிழுக்கு இணையாக இருந்தது...

என் மதிப்பை தங்கதட்டில் வைத்து,
பொன்தூரவம் காட்டி,
வெண்சாமரை வீசி கொண்டாடியது என் பிறந்த வீடு...

பூத்து குலுங்கிய என் வாழ்க்கை மரத்தை
வேரற்றதாக மாற்றியது திருமண பேச்சு...

தென்றல் வீசிய பாதை புயல் வீசும் பாதையாக மாறியது...

என் மதிப்பு அறியா "மூடர் கூட்டம்" எனக்கு கொடுத்த
பட்டம் "முதிர்கன்னி "...

ஆண்மைக்கு விலை பேசும் "அடிமாட்டு" கூட்டம்
எனக்கு கொடுத்த பட்டம் "மலடி"...

நயமற்று பேசும் வஞ்சக நாவு கொண்ட கூட்டம்
எனக்கு கொடுத்த பட்டம் "வக்கற்றவள்"

"தட்சணை"வாங்கி பெருமை கொள்ளும் கூட்டம்...
எனக்கு கொடுத்த பட்டம் "ராசி கெட்டவள்"...

என் நிறத்தை கீழ்ப்படுத்தி கொஞ்சம்
தட்சனையை கூட்டி கேட்ட "கொச்சையான"கூட்டம்
எனக்கு கொடுத்த பட்டம் "திறன் இல்லாதவள்".

என்னை எமனின் வீட்டிற்கு தள்ளிவிடவும்
துணிந்த அரக்க கூட்டம்
எனக்கு கொடுத்த பட்டம் "கோழை"...

விலையில்லா என் மதிப்பை...
விலை கொண்ட பொருட்கள் தீர்மானிக்கிறது
திருமணத்தில்!

ஆ.அனிதா தென்றமிழினி

தாலிக்கு தங்கம் விலை

கழுத்தில் நகையணிந்து வா
கருத்தாய் பார்த்துக் கொள்கிறேன்!
வைரம் பதித்த கம்மலோடு வா
கண்கலங்காமல் பார்த்துக் கொள்கிறேன்!
கைநிறைய வளையல்களோடு வா
கவலையின்றி பார்த்துக் கொள்கிறேன்!
பட்டாடைகள் பல வாங்கி வா,
பத்திரமாய் வைக்க பீரோவும் வாங்கி வா,
பாங்காய் பார்த்துக் கொள்கிறேன்!
ஆனந்தமாய் உறங்க கட்டிலும்,
குழந்தையைத் தாளாட்ட தொட்டிலும் வாங்கி வா
அன்பாய் பார்த்துக் கொள்கிறேன்!
மகிழ்வுந்தும் வாங்கி வா மகிழ்ச்சியாக வாழலாம்
என்றான் மணாளன்!
உன் அன்பை மட்டுமே நாடி வரும் மனைவிக்கு
நீ என்ன தருவாய் என்றேன்
உன்னோடு நானிருக்க வேறென்ன
வேண்டும் உனக்கு என்றான்!
தங்கமாக பார்த்துக் கொள்ள நான் இருக்க
நகை நட்டும் பாத்திரமும் நமக்கெதற்கு என்றேன்
இவையேதும் இல்லாமல் நீ எதற்கென்றான்!

வான்மதி நிலா

வாழாத வாழ்க்கை

குழந்தை பிறந்ததை கொண்டாடும் நிகழ்விலும்,
பெண்மகள் என்பதால் சிறுவமைதி நிலவிடும்
வயதுக்கு வந்ததும் குளிப்பாட்டும் நிகழ்வென்ன
விரட்டிட வழிவந்ததென வீட்டார் தலைமுழுகுவதா
படிப்பு பாதியில் இருக்கும்போதே பெண்பார்க்க
தொடங்கி,
அவள் விருப்பு வெறுப்பெல்லாம் அடுப்போடு முடங்கி;
பெண்ணை கட்டிக்கொள்ள வசூல் வீட்டு சம்பந்தி
மண்ணையும் பொன்னையும் தட்சணையாகப் பெற்று
சம்மதிப்பார்
கொடுத்தால் ஒரு வருடத்தில் தொட்டிலில் பேரக்குட்டி;
இல்லையெனில் பெண்மகள் தாய் வீட்டில் வாழாவெட்டி
நகைத்தாலும் நகை அணிந்தாலும் பெண்ணுக்கு அழகு!
இன்றோ நகைத்தால் கற்பழிப்பு,
நகை அணிந்தால் கழுத்தறுப்பு
என்றாச்சு உலகு!
மங்கையராய் பிறப்பெடுக்க என்ன தவம் செய்தாயோ
தெரியாது
மண்ணிலே பிறப்பெடுக்க நிச்சயம் பாவம்
செய்திருப்பாய்!
இன்னொரு பிறவியில் எறும்பானாலும் போதுமம்மா
மண்ணில் மங்கையாய் கொடுமை வேண்டாம் அம்மா!

உடுமலை பார்த்திபன்

இனியவளே

தென்றலில் பறக்கும் மகரந்தத்தை பூசி பேதையாக
பிறந்தவளே..!

வெள்ளிகளை உடைத்து மின்னொளியில் அடைத்து
பெதும்பையாக வளர்ந்தவளே..!

பதமமை ஈராக பிரித்து சுணங்குகளாய் அமைத்து
மங்கையாக மலர்ந்தவளே..!

இந்த மறவனின் சினந்தை வீழ்த்தும் மடந்தை
முத்தரகையே..!

உன் பாதணிபட்டதால் புற்களும் உளநிறைவு அடைவதை
அரிவை நீவிர் அறிவாயா..?

உன் அதரம் தொட்டு உன்னுள் செல்ல வெள்ளழும்
வேட்கையில் தவிப்பதை தெரிவையே நீவிர் அறிவாயா..?

பருத்தி விதை உன் மேனி தழுவ பேறு பெற்று ஓரைக்கு
நிற்பதை பேரியம் பெண்ணே நீவிர் அறிவாயா..?

என் வம்சம் செழிக்க வாழை போல் பிறந்த பெண்ணே..!
உன்னை பொ ான் குடுத்து அழைத்து வர வேண்டிய நானே
வரதட்சணை கேட்டு அழைத்து வருகிறேன் ஏனோ
தெரியவில்லை..?

S. ரோனின்

இல்(லை)லறம்

சுழலும் புவியில் நெடுந்தூர வாழ்வு
காதலாலே! காசாலல்ல
சோலை மலரின் மணம்நிறை வாழ்வு
பாசத்தாலே! பணத்தாலல்ல
இன்பம் சூழ்ந்த வசந்த வாழ்வு
பண்பாலே! பகட்டாலல்ல
விருந்து உபச்சார சுவைநிறை வாழ்வு
பேரன்பாலே! பேராசையாலல்ல
சுக துக்கம் யாவும் பகிர
வாழ்வு முழுதும் இன்பம் மலர
இருவரும் சேர்ந்து செழித்து வளர
தொடங்கும் வாழ்க்கை நிறைவாய் மாற
கையூட்டு கைகொடுக்குமென எண்ணும் நீ
தளரும் என்னைத் தாங்கித் தேற்றுவாயோ?
கீழான செயலொன்று இவ்வுலகில் உண்டெனில்
இதனினும் மேலான உதாரணம் அமைந்திடுமோ?

- அ. அமல் ஆல்ட்ரின்.

கனவு கையூட்டு

மறக்க எண்ணினும் மறுக்க முடியாதோர் அவலம்
தடுக்க எண்ணினும் தடைபடாதோர் இன்னல்
வெறுக்க எண்ணினும் வெளிப்படுமோர் இரத்தல்
புதைக்க எண்ணினும் பூக்குமோர் கள்ளி
உடைக்க எண்ணினும் உதிராதோர் களை
பற்பல பண்புடை இழிந்த இச்சீதனம்
பணம் படைத்த பலருக்கு பகட்டாகினும்
பட்டினியில் படுப்பவனுக்கு பாதாள பாதை
மாற்றத்தின் வித்தாக நாமாக இல்லாவிடில்
மனிதனெனும் சொல் இழிச்சொல் போலாம்

- அ. அமல் ஆல்ட்ரின்.

சிதைக்கும் சீதனம்

குழந்தையாக பிறந்து
ஆண், பெண்ணாக வளர்ந்து
தக்க வயது நேர்ந்த உடன்
துணை தேடும் தருணத்தில்
வினை தேடும் சிலர் வாழ்ந்து தான் வருகிறார்...
வரதட்சணை பெயரில் - தனது
வாரிசுகளை தாரை வார்த்துக் கொடுத்து விட்டு
ஆயிரம் குறை சொல்லி
புன்னகைக்கும் பெண்ணை
பொன் நகைக்காகக நச்சரித்து
வாழ்வை சிதைக்கும் சீதனங்கள்
சீரழிவை மட்டுமே கோடிட்டுக் காட்டுகிறது
வாழ்கை இழந்த உள்ளங்களுக்கு உணர்த்த....

நாமக்கல் செந்தில்

வரமான_வரதட்சணை

என்ன உலகம் இது???
திருமணம் என்னும் சிறையில் கண்ணிகளை அடைக்கக்
காத்துக்கிடக்கிறது...

பெண்ணாக பிறந்த அன்றே பெற்றவர் தலையில் சுமை
ஏற்றினேன்,
பூப்பெய்த நாள் முதல் ஒருவன் கையில் பிடித்துக்
கொடுக்கும் நாள் வரை வயிற்றில் நெருப்பையும்
கட்டிவிட்டேன்,
காதல் மன்னர்களின் வலையில் வீழ மாட்டேன் என்று
சத்தியம் செய்து கொடுத்தேன்,
பல கனவுகளை என்னுள் வைத்து புதைத்தும் விட்டேன்,
நான் பெண் ஆயிற்றே, பிறந்த வீட்டுப் பெருமை காக்க!!!

தலை நிமிரா மங்கையாக, பட்டு உடுத்தி, பூச்சூடி,
சிங்காரித்து, பொட்டிட்டு,
கலகலவென வளையல் சத்தமும்,
ஜல் ஜல் என கொலுசு சத்தமும் ஒலிக்க

அவர் முன் சென்று மருதாணி வைத்து சிவந்த கைகளால்
வந்தோருக்கு வணக்கம் சொல்லி, பலகாரம் கொடுத்து
பொம்மை போல் என்னை நிறுத்தினார்கள்...

அழகாக இருக்கிறாளா? நிறமாக இருக்கிறாளா?
பாடத் தெரியுமா? ஆடத் தெரியுமா?
வகை வகையாக சமைக்கத் தெரியுமா?
படித்தவளா? சம்பாத்யம் உள்ளவளா?
ஆயிரம் கேள்விகளுக்கு பதில் சொல்லி தேர்ச்சி பெற்ற
பின்....
மிகவும் முக்கியமான கேள்வி!!!

அதெல்லாம் சரி,

பெண்ணுக்கு என்ன செய்வீங்க?

ஈன்றெடுத்த நாள் முதல்,
இந்நாள் வரை எந்த குறையும் இல்லாமல்
தங்கம் போல் தாங்கி தாங்கியும்,
வைரம் போல் பொத்தி பொத்தியும் வளர்த்த மகளுக்கு
விலை நிர்ணயிக்கச் சொல்கிறார்கள்!!!

மகளுக்கு வாழ்க்கை வரம் வேண்டி,
அங்கும் இங்கும் கடன் வாங்கி
மாப்பிள்ளை வீட்டார் கேட்டதை சீதனமாக
கொடுத்தார்கள்...

மாலை சூடி, திருமணம் முடிந்து, நடந்ததை மறந்து இனி
கணவனே
என் உலகமென சென்றால்,
முப்பது நாள் களித்து
முப்பத்தி ஒன்றாம் நாள் கேட்கிறார்,
தொழில் தொடங்க வேண்டும் பணம் வாங்கி வா என்று!!!

அவர்கள் வீட்டிற்கு வாழப் போனதால் கொடுத்தார்கள்
தட்சணை,
வாழாமல் திரும்பி வந்தால், இங்கு விழுகும் எனக்கு
அர்ச்சனை!!!

பெண்ணாக பிறப்பது பாக்கியம் என்றார்கள்...
சரி, பெற்றுக் கொடுக்கிறேன்
என் அன்பு கணவருக்கு பதினாறும்
பெண் பிள்ளைகளாக!!!

-சுபஸ்ரீ ஆண்டமுத்து

என் உயிரில் கலந்தவனே

கற்பனை உலகிலேயே
வாழப்பழகியவள் நான்!!!
திடீரென்று, பெருக்கெடுத்து ஓடிய ஆற்றில் மூழ்கியது
போல மூச்சுத்திணறி விழித்தெழுகிறேன்...

கண் திறந்து பார்த்தால்,
நடமாடும் ஜீவன்களுக்கு நடுவில்
எவ்வித உணர்ச்சியும் இல்லாமல் நடைப்பிணமாய்
நானிருக்க...
என்னவன் எங்கோ இருக்கிறான்,
தங்கமும், வைரமும் அணிந்து வந்து அடியெடுத்து வைத்த
புது மனைவிக்கு சேவைகள் செய்தபடி!!!

சுயநலமிக்க மனிதர்களுக்கு மத்தியில் மொழி புரியாத
ஊரில் என்ன செய்வதென்று தெரியாமல் சுற்றித்திரியும்
குழந்தையாக நானிருக்க...
எவளோ ஒருத்தியின் இதய சிம்மாசனத்தில் அமர்ந்து
கொண்டு வார்த்தைகளால் என்னை வதம் செய்கிறான்!!!

காதல் புனிதமானது என்பார்கள்,
சந்தர்ப்ப சூழ்நிலைப் பிரித்துவிடும் என்றார்கள்...

காதல் என்ற பெயரில் மாலை சூடி, வரதட்சணை என்ற
பெயரில் என்னை விலைக்கு வாங்கப் பார்த்தவன்...
காதலின் புனிதத்தால் அவன் கைகளில் சிக்கியுள்ள
பிணைக் கைதியாக நான்!!!

என்னவனின் கண்களுக்குக் காட்சியளித்தேன்,
முதல் சந்திப்பில் பேரழகியாகவும்,
பின்பு போராளியாகவும்...

காதலித்துக் கரம் பிடித்தவன்,

என்னை உதறித்தள்ளி விட்டு எங்கோ சென்றுவிட்டான்...

முதல் சந்திப்பில் தெரியாத அந்நியம்,
முதல் ஸ்பரிசத்தில் உணராத வேற்றுமை,
முதல் முடிச்சில் மடிந்து போகாத உறவு,
எல்லாம் முடிந்து போனது...
என்னால் சீதனமாக கொடுக்க முடியாமல் போன சில
லட்சம் ரூபாயினால்!!!

- *சுபஸ்ரீ ஆண்டமுத்து*

விந்தி - யாசகர்

பல வகையான யாசகர்கள் உண்டு இங்கே !
சிலர் வழிப்பறி செய்வோர்...
சிலர் கொடுத்த பின்னர் பின்னே வந்து தொந்தரவு
செய்வோர்...
சிலர் பயணத்திற்கு மட்டும் பணம் கொடு என்போர்...
சிலர் பார்த்து போடுங்கள் என்போர்...
சிலர் உங்கள் மனம் பொருத்துப் இல்லாதோருக்கு
கொடுங்கள் என்போர்...
ஆனால்;
இவ்வளவு போடுங்க உங்க பெண்ணுக்கு
இதை மட்டும் சேர்த்துப் போடுங்க
உங்க பொண்ணுக்கு போடுறத போடுங்க
ஆனால் இவை அனைத்து வாசகங்களும்
எங்கோ கேட்ட நினைவு...
விந்தியாச யாசகர் போல !

- பாரி 

கலாச்சார மாற்றம்

பெண் எடுப்பவன் அவளைப் பெற்றவனுக்கு
வரதட்சணை கொணர வேண்டும் என்னும்
அதிசயக் கலாச்சார மாற்றம் - சில
அண்டை நாடுகளைப் போல் இங்கு அரங்கேறி இருந்தால்
மாப்பிள்ளை அவரின் :
உருவத்திற்கு ஓர் விலையும்
உள் குணத்திற்கு ஓர் விலையும்
பாழான குடிப்பழக்கத்திற்கு ஓர் விலையும்
படித்த பட்டத்திற்கு ஓர் விலையும் என
ஆயிரம் பேரம் நிர்ணயித்து
நிதான சமரசம் பேசி
இங்கே திருமணங்கள் நடந்தேறும் நாட்கள்
வந்திருக்குமல்லவா !
அப்பொழுது ஆண்குலத்தின் பிறப்பு விகதம் கூட
குறைந்திருக்கும் இங்கே !

- பாரி 

முரண்

பிள்ளைப் பேற்றை செல்வமெனக் கொண்டாடும் நம்
மக்கள் தான்
ஐந்து பிள்ளை பெற்றால் அரசன் கூட ஆண்டி
என்கின்றனர்
அதிக செல்வம் உடையோர்
ஆண்டியாகி நொடியும் முரண்
இங்கே மட்டுமே அவ்வப்போது அரங்கேறுகிறது !

- பாரி 

வினோத வியாபாரம்

பொருள் வாங்க
ஒன்பது கடை ஏறி இறங்குவாள் எனப்
பெண்களைக் குறைக் கூறும் அதிகாரம் பேசும்
ஆண்களே இங்கு வாடிக்கையாளர்கள் !
பார்த்தப் பின்னர் அயிரம் குறைசொல்லும் நாம்
பாரம் பேசுவதைக் கண்டு எள்ளி நகைக்கிறோம் !
ஒரே ஒரு பொருள் வாங்கினாலும்
தரமானதாக அமைய
ஓராயிரம் கடை ஏறி இறங்கும் அவர்களைக்
கலங்கப்படுத்தும் கல்நெஞ்சர்களே !
வாடிக்கையாளர் பொருளோடு சேர்த்து
பேரம் பேசிய
மிச்சப் பணத்தையும் மீதம் இன்றி வாங்கும்
வித்தியாசமான வியாபாரம் இது !
ஆனால் இங்கு பேரம் விலைக் குறைக்க அல்ல...
மாறாக விலை மலையென ஏற்ற !
பொருளுக்கும் வியாபாரிக்கும்
இலவசமாக கரிக்கும் கண்ணீரை
பரிசளிக்கும் வினோத வியாபாரம் இது !

- பாரி 

லஞ்சம்

தன் அடுத்த சந்ததிக்காக
தனது உயிரையே கொடுக்கும்
உற்றவளைக் காலமெல்லாம் காக்காமல்
அவளின் பேறுகால செலவிற்கு
மாமனாரிடம் காசு வாங்கும்
மனிதன் எவ்விதத்தில்
ஐந்தறிவு ஜீவன்களை உயந்தவன் ஆவான் ?

- பாரி 

பூக்காமல் இருந்திருந்தால்....
அந்தப்பூ மலர்ந்திருக்கும்....!

ஐயோ பாவம் - அவள்
பூப்பெய்தி விட்டாள்
பெண்ணியத்தின் இயல்புதான்
ஆனால் சமூகத்தின் சாபம்

அவளென்ன செய்வாள்
இயற்கையின் தண்டனை
படைப்புகளை பதிவுசெய்ய
இறைவனின் ஒப்பனை

அன்றாடம் வயிறுவளர்க்க ஆங்காங்கே கூலிபொறுஸக்கி
வறுமையின் செல்வச்செழிப்பில்
வளமாய் வாழும் குருவிக்கூடு அது

பெய்யென மழைபெய்தால்
கூரைவழி வடியுந்தண்ணீர்
தரைபறிக்காமல் தடுக்கப்பட
பாத்திரங்கள் போதவில்லை
இன்னும் இரண்டு நாட்கள்
இளைப்பாராமல் கூலிபோனால்
வயிறுநிரப்பிய மிச்சத்தில்
கூரைத்துளையை எதிர்கொள்ளலாம்

குடிமுழுதும் கூலிபொறுக்கி
குடித்தனம் சற்று வேலிதாண்ட
குடைபிடித்து மெல்லமெல்ல
குழைந்து வளர்ந்தாள் குலவிளக்கு

பணமின்றி வசதியாகவும்
படிக்காதவர்களால் பக்குவமாகவும்
இலவசமாய் படிப்புபெற்றும்
இனிதே வளர்ந்து வலம்வந்தாள்

வறுமையென்னும் ஆழ்கடலில்
சிறு ஓடத்தில் மெல்லநீந்தி
யாரும் படிக்காக் கூலிக்குடும்பத்தில்
முதலாளாய்ப் பள்ளி நுழைந்தாள்

அந்தநாள் வந்தடைந்தது
பந்திமுடிந்து இலையும் காய்ந்தது
பந்தல்கால்கள் விறகோடிணைய
சுதந்திரங்கள் பறிபோயின

ஈரெட்டில் பொட்டப்பிள்ளையின்
ஏட்டுப்படிப்பு நாட்டுக்காகாதாம் கட்டிவைத்துக்
கட்டுப்போட்டால்தான்
பட்டுப்போல் வாழ்வமையுமாம்

பருவம்தாண்டிய மங்கையை
வைத்திருக்க வீட்டுக்காகாதாம்
ஊரார் கதைகள் படைக்க
உறவுகளும் வாய்ப்பிடுங்குமாம்

இப்படியிருக்க இருவதுபவுனிலும்
இதரவசதிகளிலும் குறையோடு
அவள்சாதியில் அவளைமணக்க
இரக்கமனம் கண்படவில்லை

கற்பிழந்தால் பெயர்போகும்
காலம்கடக்க புகழ்போகும்
சாதி மாறினால் மானம்போகும்
இப்படியே இருக்க மரியாதைபோகும்

வரம்பார்த்துக் கரைச்
வரதட்சனை வாரிக்கொடுக்க
வழியேதும் புலப்படாமல்
வழிதெரியாமல் விழிபிதுங்கி
வீட்டார் வருந்திக்கிடக்க
ஊரும் உறவும் பார்க்கிறது
நாளும் தேதியும் பறக்கிறது

இடிந்துபோய் இருண்டுபோனதில்
இரவுமழைத் தண்ணீரொழுக
அந்தப் பாத்திரம் வைக்கப்படா
இரண்டு கூரைத்துளைகள் இன்று
தாராளமாய்த் தரைநிறைத்தன
தாரகையைத் தாங்கும் திருவிழிகளில்
ஊற்றெடுக்கும் உப்புநீர்களும்
தாரைதாரையாய்த் தரணி நனைத்தன

விவரமறியா பருவமங்கை
முத்தியடைந்த முதிர்க்கன்னியாய்
கூரைவழித் தண்ணீரும்
வீட்டார் மறைக்கண்ணீரும்

நிற்க வழிதெரியாமலும்
நீங்கா பெருந்துயராகவும்
ஒருசேர வழியக்கண்டாள்
இரவோடே ஞானம் கொண்டாள்

வெறுத்துப்போய் மனம்நொந்தாள்
இருப்புநிலை புரிந்துகொண்டாலள்
பெற்றோரின் பெருமூச்சுக்காற்றில்
கதகதப்பாய் உறக்கம் கொண்டாள்

புதுப்பொழுது புலர்ந்தது

உதயம் சற்றுப் பிரகாசித்தது
கூரைத்துளையில் ஒளிபுகுந்தும்
ஒளியில் இருளே தென்பட்டது

சொந்தபந்தங்கள் சூழநிற்க
ஊர்முழுக்க ஏனோ பரபரக்க
பெற்றோரும் உடன்பிறந்தோரும்
புத்திமாறிப் பித்துப்பிடித்து
ஒரு ஓரம் ஒதுங்கிநிற்க

அதோ அந்தத் தெருமுக்கு வேப்பமரத்தில்
தொட்டில் கட்டித் தூரியாடிய
தன் தாய்ச் சேலையில்
தூக்கில் தொங்குகிறாள்
நேற்றுப்பூத்த அந்தப் பருவமங்கை..!

ம. ஜான் பிரிட்டோ

ஒரு நாள் கூத்து

திருமண பந்தத்தில்!

தனக்கு பின் தன் மகளை தாங்க!

தான் பார்த்த மணமகனுக்கு!

ஆயுட்கடன் வழங்குகிறான்!

வட்டியேதுமில்லை!

வரதட்சணை என்பதால்!

இங்கு மணமகள் இலவசம்!

எல்லாம் விதிவசம்!

மகளின் மண சடங்கு முடித்து!

வழியனுப்பிய தந்தைக்கு!

மறுநாள் இறுதிசடங்கு!

- சு. கோகிலா

அறியாத பெண்ணின் அவலம்

பிறந்தது பெண்ணாக
வளர்ந்தது ஆணாக
பேசும் பேச்சுகள் தேனாக
துள்ளி விளையாடும் மானாக
சென்றது அவள் வாழ்க்கை ...
பள்ளி சென்ற காலத்தில்
பருவத்தை எட்டினாள்
நினைத்தது ஒருத்தனை
மணம் முடித்தது மற்றொருத்தனை
புத்தகச் சுமையை சுமக்கும் வயதில்
வயிற்றில் பிள்ளையைச் சுமந்தாள்
ஈன்று எடுத்தாள் இன்னொரு பெண் குழந்தையை
பொல்லாத உலகம் இது
பெண்ணென்றால் கொல்லத் துணிந்த உலகம் இது
அவள் கணவருக்கு வருமானம் போதவில்லை
அவன் கேட்டதோ வரதட்சணை!
வறுமையில் இருக்கும் பிறந்த வீட்டை
நினைத்துப்பார்த்தால்
தன்னை மாய்த்துக்கொள்ள முடிவு எடுத்தாள்
நஞ்சை அருந்தி உயிரை மாய்த்துக் கொண்டாள்
ஒன்றுமறியாத பிஞ்சு குழந்தை ஏங்கிப் போனது!
துள்ளி விளையாடும் மானை
சீதனம் என்ற சிங்கம் வேட்டையாடி சென்றது
முடிந்தது அவளது வாழ்க்கை
பிறந்தது இன்னொரு பெண்ணின் தொடக்க வாழ்க்கை...

கவிஞர் ஜவகர்

அனல் காற்று

ஒரு பெண்ணிற்கு தன் தாய் வீட்டிலிருந்து தரும் சீதனம்,
அவளுடைய குறைகளை எடுத்துரைத்து
அதனை ஈடுசெய்வதற்கு சமமன்றோ?

புகுந்த வீட்டிற்குள் வரும் ஒரு பெண்ணிற்கு
நற்குணங்கள் பொருந்திய மனம் போதுமே தவிர
, சீதனம் தேவையில்லை!

தன்னவன் குடும்பத்தையும் தன்
குடும்பமாக கருதி வாழ்பவள்,
அதற்கு ஈடாக எவ்வித சீதனமும் கேட்பதுண்டோ?

தன் குடும்பத்தை மறந்து,
தன்னுடைய முழு இலட்சியத்தையும் மறந்து
, புகுந்த வீட்டின் இல்லற வாழ்வையே
இலட்சியமாக கருதுபவள் தெய்வத்திற்கு ஈடல்லவா?

தன் பிறந்த வீட்டில் சில
காலங்கள் மட்டுமே வாழும் பெண்,
புகுந்த வீட்டிலேயே வாழ்நாள் முழுவதையும்
கழிப்பதற்கு வரதட்சணை ஏதும் கேட்பதுண்டோ?

பெண்ணின் மகிமை சீதனம் என்ற
கொடுமைக்குள் அடைந்துவிட்டால்,
அதனை பெறுபவர் மனதளவில் கல்லாகவும்,
உடலளவில் கற்சிலையாகவும் கருதப்படுபவரே!

மனம் முடித்த பெண்ணானவள் எவ்வித
சீதனங்களையும் எதிர்பார்த்து புகுந்த வீட்டிற்குள்
அடியெடுத்து வைப்பதில்லை!

ஒரு பெண்ணிற்கு ஈடாக சீதனம் கேட்பவரிடம்

பெண்ணானவள் சீதனம் கேட்டால்,
அவ்வில்லத்தில் ஒரு சாதனம் கூட இயங்காதன்றோ?

பெண்ணானவள் மலர் போன்ற மனம் படைத்தவள்
 அம்மலரை சீதனம் என்ற சீரழிவு சாதனத்தால்
வாடச் செய்வதேனோ?

புகுந்த வீட்டிற்குள் அடிவைக்கும்
ஒவ்வொரு பெண்ணும் தன்னுடன் கொண்டு வருவது
 சீதனம் என்ற இலஞ்சத்தை மட்டுமல்ல,
மனம் என்ற பொக்கிஷத்தையுமே!

ஒரு பெண் தன்னைப் போன்ற ஒரு பெண்ணிடமே,
வரதட்சணை கேட்டு கொடுமைக்குள் ஆழ்த்துவது
தனது பாவக் கணக்கில்
 பாவத்தை சேர்ப்பதற்கு நிகரே!

ஒவ்வொரு பெண்ணுக்கும் வரதட்சணை மற்றும்
சீதனம் என்ற சீரழிவை உட்படுத்தாமல்
நிகழ்கின்ற ஒவ்வொரு திருமணமுமே
 சொர்க்கத்தில் நிச்சயிக்கப்படுகிறதல்லவா?

ர. லோஹிதா

கலங்கிய கண்கள்

மண்ணு விக்கும் பூமியில
பொண்ணு ஒன்னு பொறந்துப்புட்டா

பொன்னு விலை ஏறினாலும்
கன்றுக்குட்டி விலை ஏறினாலும்

எட்டு வண்டியில பொருள யேத்தி
எட்டு ஊரு வீதியில

ஊர்வலமா தாய்மாமன்
சீர்வரிசை கொண்டு போனான்

தங்கச்சி வீட்டுக்காரன்
தங்கம் ஏன்டி மினுக்குலனு

தாரத்த எட்டி ஓதச்சா
தாரம் பெத்த பொண்ணு

நாளை தாரமாக நின்னா!
காளை வண்டியிலே தகப்பன்

சீர சுமந்து போனான்
ஆரம் எடை கொரஞ்சதுனு

அவன் பெத்த பொண்ண
அவன் எட்டி ஓதச்சா

பாசத்தோட வளத்த மனுச
பேச முடியாம ஒதுங்கிப் போனான்

முற்பகல் செய்த வினையை
பிற்பகல் அறுவடைச் செய்தான்

குற்றமுள்ள மனசுக்காரன்
பெற்றவ முன்னாடி போய்

கேள்வி கேட்டான்

நீயும் ஒரு பெண் தானே!

நான் செய்தது தவறு என்று

சொல்லி இருக்கக் கூடாதா?

பா.பிரியன்பாபு

வரதட்சணை....

வரதட்சணை என்ற கொடுமை
இன்றும் இங்கு தலைவிரித்து ஆடுகிறது
வரதட்சணை வாங்காமல் எந்த
ஒரு திருமணமும் இங்கு நடைபெறுவதில்லை
அதனைமீறி வாங்காமல் நடந்தால்
மாமியார் என்ற பெயரில் ஒரு
கொடுமை தலைவிரித்து ஆடுகிறது
மணமகனிடம் இல்லாத அனைத்தையும்
மணமகளிடம் இருந்து பறித்து
எல்லாம் தனக்குரியதாக நினைத்து
பெருமையாக திருமணம் நடத்தி வைப்பர்
ஆனால் பெண் வீட்டிற்கு மட்டுமே தெரியும்
வரதட்சணை கொடுமை தலைவிரித்து ஆடுவது...

வி. ஜெப நிஷா

திருமணக் கொடுமை

திருமணத்திற்காக
ஆணிற்கென்று ஒரு வீட்டையும்
வேலையும் மட்டுமே வைத்துக்கொண்டு பெண்ணிடம்
இருந்து
வரதட்சணை சீதனம்
என்ற பெயரில் பெண் வீட்டு சொத்தை அழிப்பது தான்
திருமணம்.

வி. ஜெப நிஷா

மணப்பொன்

கைப்பிடித்து வந்து
கட்டிலின்பம் கண்டவுடன்
"கழுத்துக்குக் காப்பவுனு
காதுல கடுக்கன் ஒன்னு"

இம்புட்டுத்தானா?

கண்ணாலே கண்ணாலன்
கணக்குப் போட்டான.

மூனாம் நாளில்
முறுக்கிய மாமியார்
" மொத்தத்துல ஏழோ எட்டோ
ஏதோ கொஞ்சம் எத்தனமெல்லம்"

' இம்புட்டுத்தான் '

பணப் பட்டுவாடா
கொஞ்சம் பற்றாகுறை
' கொஞ்சினான் கோமகன் '

நாலு சவரன் கூட வேண்டும்.

கொஞ்சலில்லை.

கோவப்பட்டான்.

சவரன் ஒன்று சற்றே குறைய,
சாட்டையெடுத்தான்.
மாட்டுப்பொன் அல்லவா...

அடிமாடாக இருக்க

ஐம்பது சவரன் அன்பளிப்பு.

போதாதென்று,
அடிக்கொருதரம்
ஐந்து சவரன் அதிகரிப்பு.

வாக்கப்பட்ட வழக்கில்
ஆபரணம் ஆஜரானால்
அப்போதைக்கு விடுதலை
ஆயுள் கைதிக்கு.

உயிர் தந்தவர்கள்
உயிர் போகிறது
ஒவ்வொரு பவுனிலும்.

வாடிய பயிர்கள்
வருசக் கணக்கிலா
வளர்ந்து நிற்கும்?

என் செந்நீர் வார்த்தேன்
வாட்டத்தைப் போக்க.

வரதட்சணை வரிசையில்
வரவேண்டாம்
வேறொரு விஸ்மயா.

- அ. யுவலெட்சுமி

தந்தையின் மனவரிகள்

காட்சிப் பொருளுக்கு - கயிறு ஏற
காசுதான் வேணுமய்யா
காசுதான் இல்லை எனில்
காலம் தள்ளிப் போகும் ஐயா....

காலம் தள்ளிப் போகையில
விலையும் கொஞ்சம் கூடுமையா
பொருளோடு விலை கொடுக்க
போதுமான தொகை இல்லை ஐயா...

இன்னும் கூட கேட்கையிலே
ஈர கொலை நடுங்குதய்யா
என்னத்த நான் சொல்ல
இன்னும் ரெண்டு காட்சி பொருள்
கவலையோடு இருக்குதய்யா...

தங்கபுள்ள நடக்கையில - கூட
தங்கம் தானே சேர்த்து வச்சேன்
காரு, வீடு கேட்கையிலே - விற்பதற்கு
கையிலதா ஏதுமில்லை

இல்லை இல்லை என்று சொல்லி
20 சவரன் சேர்த்து வச்சேன்
இன்னும் நீயும் கேட்கவில்லை - என்
உசுரையே தான் நான் தொலைச்ச ...

இன்னும் இரண்டு மகள்கள
இதயத்திலும் நினைச்சிக்கிட்டேன்
நின்னு போற என் மூச்ச
இன்னும் இழுத்து புடிச்சுக்கிட்ட ...

இந்த நிலை இங்கு மாறுமோ..
இன்னும் ரெண்டு தங்கமேனும்
தங்கம் இல்லாமல் கரை சேருமா...

- வே. அருண்குமார்

ஆண் வரதட்சணை

கல்விக்கு
குரு தட்சணை.. அந்தக் காலம்.!
கலவிக்கு
வர தட்சணை.. இந்தக் காலம்.!

பெண்ணடிமைப் பிணியில் - வரதட்சணை
உயிர் கொல்லும் வைரஸ்..!

உடன் பிறந்த சகோதரிகளை
கரையேற்ற, கடல் கடந்து
உழைத்து, உருக்குலைந்து
வளைகுடாவில் வாலிபம் தொலைத்த
'முதிர் கண்ணன்கள்'
இன்றும் தேடித்திரிவது
மன நோயாளிகளாக
தொலைந்த இளமையை..

இருபது சவரன் படையலுக்கு,
அறுபது வயது மாப்பிள்ளை..
அறுபது சவரன் படியளந்தால்
இருபதிலும் மணக்கோலம்...

இங்கு
சவரன்களில் தான் சஞ்சரிக்கிறதோ ?
சத்திய மாங்கல்யங்கள் !

ஆண் மகவைப் பெற்றெடுத்து
அழுது புலம்பியவர் எவருமுண்டா ?
பொற்குவியல் விதைத்த
புன்னகையின் அறுவடைகள்..
கால் நூற்றாண்டாய் காத்திருக்கிறது..?

கணக்குப் போட்டு - விற்பனை முடிக்க !

ஆண் மகன்
கல்லூரி சென்றதால்,
கற்றதும் அதிகம்..
அதனால் பெற்றவர்கள்
கரன்சி நோட்டுகளாக,
பெற்றதும் அதிகம்...

மாட்டுச் சந்தையிலும்,
நடந்திடாத பேரம்..
மணப் பந்தலில்,
அரங்கேறும் அவலம்.!

அலங்கோலமாய் வீடு
அழுகுரல்களின் எதிரொலி
ஓ.. மாப்பிள்ளை வீட்டாரின் விஜயம் !

திருமணம்
முடிந்தும் தீரவில்லை - இன்னும்
தீர்க்கப்படாத
விற்பனை கணக்குகள் !
தற்காலிக தீர்ப்பு..
வாழா வெட்டி !
நிரந்தர தீர்ப்பு...
விவாகரத்து !

மாமியார் கொடுமை
ஒழிக்க களமிறங்கி,
வரதட்சணை வலையில் வீழ்ந்த பரிதாபம்...
கிழக்கரையில் 'வீட்டோடு மாப்பிள்ளை'!

'வரதட்சணை வேண்டாம்'
என்றவனுக்கும் வாயாரவாழ்த்தி வழங்கும்,

உயரிய விருது ..?
'உடலில் ஏதோ கோளாறு' !

இங்கு
திருமணங்கள்..
இலட்சத்தில் தான் நிச்சயிக்கப்படுகிறது...
சுவர்க்கத்தில் அல்ல !

பெற்றோரின்
விற்பனை சந்தையில் சிறைபடுகிறது
ஆயுள் கைதியாய் - ஆண் மகனின் வாழ்க்கை..?
வீட்டோடு மாப்பிள்ளையாக !

ஆணடிமைச் சாத்திரங்கள் ஒழியப் பாட
இனியொரு பாரதி பிறப்பானா?

-    **இளங்கவி இரா. சதீஷ் குமார்**

வரதட்சணை ஒரு வன்முறை

நான் ஒத்த மகள் பெத்தெடுத்தேன்
அவ பேரு முத்தழகி
பொத்திப் பொத்தி வளர்த்தெடுத்தேன்
பாசத்தை சொத்தெழுதி

அவ காதுகுத்தில் அழும்போது
கண்ணுரெண்டும் கடலாச்சு
பள்ளிக்கூடம் சேர்த்துவிட்டேன்
காலமும் வெரசா போயிருச்சு

என் மகள் படிச்சாலே
நல்லா வாழ்ந்திருப்பா
மூனு முடிச்சால
கட்டிப்போட நினைச்சேனே
இந்த முட்டாபய
இப்போ கிடந்து துடிக்கேனே

வாரவன் எல்லாரும்
வரதட்சணை கேட்டானே
சர்க்கார் மாப்பிள்ளைக்கு
சம்பந்தம் போட்டேனே

பெத்த மகள் நிம்மதிக்கு
வட்டி வாங்கி கட்டி வைச்சேன்
கொடுத்தது பத்தலனு
பத்து பவுன் கூட கேட்டான்

வட்டி மேல வட்டி வாங்கி
மானம் போக வேண்டான்னு
முட்டி மோதி பார்த்தாலும்
வழி சேர முடியலையே

அவ கொடுமயிலே தவிச்சாலே
வலி தாங்க முடியலையே

வச்சு வாழ வக்கில்லாம
வரதட்சணை வாங்குறானோ ?
நான் ஒரு ஆண்பிள்ளை
பெத்திருந்தா அவனும் வாங்குவானோ?

வரமாப் பெத்தெடுத்து
கரம்சேர்த்து வைச்சேனே
வரதட்சணை கொடுமையிலே
என் மகளை கொன்னுட்டானே

என் முத்தழகு செத்ததுக்கு
பெத்தவன் நான் காரணமா ?
வரதட்சனை கேட்டானே
அந்த பாவியோட பாதகமா ?
இனிமேலும் இதுபோல
பல உசுரு போகனுமா !

- பிலால் முகமது அலி

ஏழை பெண்

குருவிற்கு தட்சணை கொடுத்து
கல்வி கற்றோம்
வரனிற்கு தட்சணை கொடுத்து
என்ன சுகம் கண்டோம்

வாழத்தெரியாதவனுக்கு
கல்யாணம் எதற்கு ?

சோறு போட சொத்தினை
கேட்கிறாய்
சோதிக்கும் உனக்கு
கல்யாணம் எதற்கு ?

சீதனம் கேட்கிறாய்
சிரத்தை கொய்கிறாய்
வேதனை தருகிறாய்
சாதனையை மறைக்கிறாய்
திருமணம் என்பது
இரு மணம் இணைவது
சீதனம் என்பது ஓர்
குடும்பம் அழிவது

வேதனை ஏற்படுத்தி
சோதனையை மையப்படுத்தி
சீதனத்தைப் பெற்று
சாதனையை மறைக்கிறாய்

பெண்ணை கொடுப்பது சுகம்
பொருளைக் கேட்பது சாபம்
எப்போது தீரும் இந்த பாவம் ?

- தமிழின் தோழன்

வெகுமானம்

மனம் ஒத்து வாழ்வது தான் வாழ்க்கை

சீதனம் எனும் பெயரில்

பெண் கொடுக்கும் வெகுமானம்

பெண்ணே ஒரு சீதனம் தான்

அதனால் தான் என்னவோ

பிறந்த வீட்டிலிருந்து

புகுந்த வீட்டிற்குச் செல்கிறாள்

சீதனத்தால் சீரழியும் குடும்பம்

சீர்வரிசை என்ற பெயரில்

சிக்கித் தவிக்கின்றனர்

சில மனிதாபிமானம் அற்ற

மனிதர்களின் மத்தியில்

சீதனம் மண்மூடிய சடலமாக மக்கட்டும்.

- *கு. கவிப்பிரியா*

மங்கையை பெற்ற தந்தையின் வலிகள்

மணம் முடிக்க சீதனமா
கொள்ளையில் ஒரு வகை நூதனமா
நாகரிக வளர்ச்சி சாதனையா-இல்லை
நல்மங்கையைப் பெற்றதன் சோதனையா

கேடுகெட்ட சமுதாயத்தில்
பாடுபட்டு பெண் வளர்த்து
பள்ளிக்கூடம் துணை சென்று
பள்ளம் மேடு கற்று தந்து

நல்லவளாய் அவள்
புகுந்த வீடு செல்ல
நாடும் ஊரும்
அவளை வாழ்த்திச் சொல்ல
தந்தையாய் என் வலிகள்- இது
தன் கண்ணீரைச் சொல்லும் வரிகள்

சிலைபோல் அவள் அழகிருந்தும்
சிறப்பாய் அவள் படித்திருந்தும்
சீதனம் கொடுக்க முடியலயே -சம்மந்தி
கேட்டத கொடுக்க எனக்கு வழியில்லயே

சீதனம் கொடுப்பது பழக்கம் மாறி
சீதனம் கொடுப்பது வழக்கம் ஆச்சு
மணம் முடிக்க குணம் மாறி
பணம் மட்டுமே தேவைனு ஆச்சு

வட்டி மேல வட்டி வாங்கி
வீட்ட வித்து காட்ட வித்து
கல்யாணம் முடிஞ்சுருசு
கண்ட கணவு பழிசுடுசு

வட்டிக்காரன் தொல்லையால
வட்டிக்காக வட்டி வாங்கி
வீடில்லாம நின்னேனே
பெத்தபுள்ள அவ நல்லாயிருந்தா
போதுமுனு நெனச்சேனே

பணத்துகாக மணமுடிச்ச
குடும்பத்துல நல்ல குணமில்ல
சீதனத்தோடு சீதனமாய் போனவளும்
சிறப்பாய் ஒன்னும் வாழவில்ல

சீதனத்துக்கு எதிராக
சட்டம் ஒன்னு இருக்குது
சீரழிவ பார்த்தும் கூட
பார்காதது போல் மறக்குது...............

- செபஸ்டின்

கூனில்லா இனம்

அவளோ!
ஏழையாக வாழ்ந்தாலும் யாரிடமும் ஏந்தவில்லை...

அவனோ!
கேட்டு வாங்குகிறான் பிச்சையாக வரதட்சணையை...
அவளை நகையோ, பொருளோ என்று நினைத்தானோ
அவன்?

தானாக கொடுப்பதுதான் சீதனம்
ஒருவகையில் சீதனமும் ஒரு சிறையே!
அதையும் கேட்டு வாங்குபவன் இயலாதவனே!

இதை அறியாத முட்டாள்கள்
இன்னும் இருக்கிறார்கள் இம்மண்ணிலே!

- பெ. செல்வி

நொண்டிச்சமூக நிபந்தனைகளை

பெண் வீட்டார்
வேர்வை சிந்தி
ஒருகணமும் ஓய்வின்றி
வேலை செய்து சேமித்ததை
ஒரே நிமிடத்தில்
வாங்குகின்றனர்
வரதட்சணை எனும் பெயரில்!

பணியாற்றி
வறுமைக் கூலி
பெறுவது சரியே! - இந்த
வரதட்சணைக் கூலி
பெற்றோர்
தன் மகள்களின் திருமணத்திற்கு
தரும் வரியோ?

தன் மகள்களின்
வாழ்வு வரதட்சணையால்
தடம்மாறிப் போவது
வலியல்லவோ
அவள்களை ஈன்றவர்க்கு!

தன் மகன்களின்
இயலாமைக்கு
தர்மம் கேட்பதை
இச்சமூகம் இயல்பாக்கிக்
கொண்டதேனோ?

நொண்டிச் சமூகம்
முந்திக் கொண்டு
நிபந்தனைகள் விதித்தால்

ஏழை எளியோன்
எங்கே போவான்?

காசுக்காகத்
தன் மகன்களை விற்பவர்களே!
கவனியுங்கள்...

நீங்கள்
பேராசைக்காரர்கள் மட்டுமல்ல!
நிதர்சனத்தில்
பணப் பேய்கள்!

அளவின்றி நீங்கள்
வரதட்சணை வாங்கினாலும்
உங்களுக்கு
ஆறடி நிலம் தான்
நிரந்தரம்!

அதை உணர்ந்து
வரதட்சணையைக் களையுங்கள்
முழுவதுமாய்!
அவள்களை
வாழ விடுங்கள்
நிம்மதியாய்!

- கா. அ. பாத்திமா ஜாப்ரின்

தட்சணை

ஆயுள் முழுவதும்
தன்னுடனே இருக்கும்
நிலாமகளிடம்
வான் மகன்
வரதட்சணை
கேட்பதில்லை.....

தன் சோகங்களை மறக்கடித்து
தன்னை முழு முதலாய்
ஏற்றுக் கொள்ளும்
அன்னை போல திகழும்
நில மகளிடம்
வருணனவன்
வரதட்சணை கேட்பதில்லை......

தனக்கு முத்து என ஒரு
வாரிசு தரும்
சிப்பியிடம்
கடலவன்
வரதட்சணை கேட்பதில்லை......

தன் அங்கம் எல்லாம் தழுவும்
தன் மகவு போன்ற
காற்றிடம்
மரங்கள்
வரதட்சணை கேட்பதில்லை......

மனிதா நீ மட்டும் ஏன்
தாயாகவும்,
சேயாகவும்,
தோள் கொடுக்கும் தோழனாகவும்
உனக்கு எல்லாமுமாக மாறி

உன் வாழ்க்கையை வளமாக்க
உனக்கு வரமாக
வருபவளிடம்
மட்டும் தட்சணை

வரதட்சணை
ஏன் கேட்கிறாய்.....

- *மணிமேகலை*

திரும(ப)ணம்

திருமண பந்தத்தில் வரதட்சணை கேட்டு
பெண்களை விலை பேசும் ஆண்கள்
உழைத்து வாழ முடியாத முதுகெலும்பு அற்றவர்கள்.

பெண் என்பவள் விலை பேசும் பொருளா?...
பணம் கேட்டு பெண்ணை துன்புறுத்தி
அவள் வாழ்வை சீர்ழிப்பது நியாயம் தானா...?

பணத்திற்கு தரும் மதிப்பை
ஏன் பெண்ணின் மனதிற்கு தருவதில்லை.
ஆண்கள் மணம் செய்வது பெண்ணுடனா...
அல்லது பணத்துடனா...
கேவலம் பணம் என் வாழ்க்கையை
அழித்து விட்டதே என்று தினம் தினம்
குமுறும் பெண்களின் வேதனையை அறிவோர் யார்...?

சுதந்திரம் அடைந்தது நாடு மட்டுமே.
பெண்களின் வாழ்வு அல்ல...
ஒவ்வொரு ஆணும் உணர வேண்டும்
வரதட்சணை கேட்பது தன்னை தானே
விற்கும் செயல் என்று.

- நெ. சுபராகவி

மாறவேண்டிய உலகம்

சீதனம் என்ற பெயரில்
இங்குப் பெண்களை வெறும்
வியாபாரப் பொருளாக மாற்றி விட்டார்கள் !
எல்லாப் பெண்களுக்கும்
ஏதோ ஒரு கவலையான
விடயம் மறைந்திருக்கின்றது.
பெண்கள் என்றால்
அவள் அழகானவள்!
அவர் குணமுடையவள்!
அவள் எல்லா வேலையும் செய்யக் கூடிய
ஒரு ஆற்றல் மிக்கவள்!
தன்னடக்கம் ஆனவள் !
ஒரு பிள்ளையை சுமக்கக் கூடிய
அற்புதமான ஒரு விடயத்தைக் கொண்டவள்!
இப்படி எத்தனையோ பேருடைய
பசியை தீர்க்கக் கூடியவள் !
பெண் என்கின்ற போது
தான் பசி இருந்து -
அடுத்தவரின்
பசியைத் தீர்க்கக் கூடிய - ஒரு
அற்புதமான உள்ளம் கொண்டவள்!
சீதனம் என்ற பெயரில்
பெண்கள் சீரழிந்து கொண்டிருக்கிறார்களே !
ஒரு பிள்ளையைப் பெற்றெடுத்து
அதிலும் ஒரு பெண் பிள்ளையைப் பெற்றெடுத்து
அதை மிகவும் கஷ்டப்பட்டு வளர்த்து
அதை ஒரு மாமியார் வீட்டுக்கு
அனுப்பி வைக்கும் வரை
ஒரு தாயின் கவலை யாரறிவார் ?
பெண் என்றால் போதைப் பொருளாக
பார்க்கும் உலகத்தில்...

பெண்ணையும் கொடுத்து
பொன்னையும் தா...
என்கின்ற ஆண்களும் இருக்கின்றனர்...
ஆணவம் கொண்ட ஆண்களே!
பெண்களை ஒரு பொருளாக எண்ணாதீர்கள்!
அவளுக்குள் ஒரு மனம் இருக்கின்றது
என்று பாருங்கள்...
பெண் என்கின்ற அவள்
நினைத்தால் இந்தப்
பிரபஞ்சத்தையே அவளால் ஆளமுடியும்!
அப்படிப்பட்ட ஒரு உணர்வுள்ள
ஒரு உயிரை- இந்தஉலகம்
சீதனம் என்று கூறி
எத்துனை பெண்கள் இன்று
குடிசைக்குள் அழுது கொண்டிருக்க
அசைக்க வியலாது காரணமாகிறது!

- சாரா

உதாசினப்படுத்தும் உள்ளுணர்வு

பெண்களின் உள்ளத்து உணர்வுகளை
மதித்து நடங்கள் ஆண்களே !
சீதனம் என்ற பெயரில்
பெண்களின் உள்ளங்களை சிரிக்காதீர்கள் !
இன்று ஆசைகளை தனக்குள்
புதைத்துக்கொண்டு...
எத்தனை பெண்கள் வீட்டு
பாரங்களை சுமந்து கொண்டு
வேலைக்கு செல்கிறார்கள்...
அவர்களுக்குள்ளும் மனது என்று
ஒன்று இருக்கின்றதே ...
பெண்ணையும் கொடுத்து
பொன்னையும்
கொடுங்கள்
என்கின்ற ஆண்களுக்கு மத்தியில்
தனது ஆசைகளைத் தன்னுள்
அடக்கி வைத்துக் கொண்டு
வாய்விட்டுச் சொல்ல முடியாமல்
எத்தனை பெண்கள் வீட்டுக்குள்
அடைபட்டு கிடக்கிறார்கள் !
ஆண்களே!
ஒரு பெண்ணை திருமணம் செய்யும் பொழுது
சீதனம் என்ற பெயரில்
பெண்களின் மனதைக் கொல்லாதீர்கள்!
நீயும் ஒரு தாய்க்கு மகன் தான் !
அந்தத் தாயும்
சீதனம் என்ற பெயரில்
எவ்வாறெல்லாம் துன்பப்பட்டு இருப்பாள்....
கொஞ்சம் சிந்தித்துப் பாருங்கள் !
பெண்ணென்ற ஒரு உயிரை
விலை பேசி அதற்கு
விலைமதிப்பற்ற - அந்த உயிரை

பேரம்பேசி ஏலத்தில் விட்டுவிடாதீர்கள்!
சீதனம் என்ற பெயரில்
சீரழிந்து கொண்டிருக்கி இந்த சமுதாயம்
நாளை நீங்களும் ஒரு
பெண்பிள்ளையை பெற்றெடுக்கலாம்!
அந்தப் பெண்ணுக்கும்
இன்னொரு ஆடவனைத்
திருமணம் செய்து கொடுக்க நேரிடுமல்லவா ?
அப்போது உங்களிடம்
ஒருவர் சீதனம் கேட்பார்கள்...
அப்போது புரியும்
' நீ திருமணம் செய்யும்போது
ஒரு பெண்ணின் மனநிலை எப்படி இருந்திருக்கும் என்று"
புரிந்து நடந்து கொள்ளுங்கள் ! - மனம்
பெற்று மகிழ்ந்து வாழுங்கள் !

-
சாரா

குலைக்கும் பெட்டி

ஆண்களே !
சீதனம் என்ற பெயரில் வாங்கிய
குளிர்சாதனப்பெட்டியில் மறைந்துகொண்டிருக்கும்
உன்னை அழித்துக் கொண்டிருக்கும்
மதுபான வகைகள்... சீதனம் என்ற பெயரில்
வாங்கிய பொருட்களால் நீயும்
சீரழிந்து கொண்டு இருக்கிறாய் !
என்ன பயன் ?
சீதனம் கொடுத்து உன்னை வாங்கியதால்
என் மனசும் சீரழிந்து போயிருக்கிறது !
குளிர்ச்சியூட்டாமல் அந்தப் பெட்டியோ
குடும்பத்தைக் குலைத்துக் கொல்கிறது !

- சாரா

இன்று எனக்கு !
நாளை உனக்கு!!

சீதனம் என்ற பெயரில்
அத்துனைக்கும் என் வீட்டாரிடம் இருந்து
பெற்றுக்கொண்டாய் !
ஆனாலும் எப்போதெல்லாம்
என்னை திட்டும் போது
நீ கூறுகின்ற நரம்பில்லா வார்த்தை
" வரும் போது என்ன கொண்டு வந்த?"
என்ற கேவலமான வார்த்தை !
ஆண்களே பெண்களை மதித்து நடவுங்கள் !
நாளை நீங்களும் வரதட்சனை கொடுக்கும் தந்தை
ஆகலாம் !

- சாரா

யான்பெற்ற சீதனம்

சீதனம் என்ற பெயரில்
நீ கேட்ட பொன் நகைகள் எல்லாம்
வாங்கித் தந்த என் பெற்றோர்கள்
இன்று முதியோர் இல்லமதில்
யாருமற்ற அநாதையாய் சீரழிந்து கொண்டிருக்கிறார்கள் ...
நான் வாழ வேண்டும் என்று
நினைத்த என் பெற்றோர்கள்
வாழ வீடு இல்லாமல்
இன்று அனாதை இல்லத்தில் !
சீதனம் என்ற பெயரில் என் குடும்பம் சீரழிந்து
சின்னாபின்னமாகி விட்டதே !
சீர்திருத்த பாரதி என்றாவது பிறப்பானோ !

- *சாரா*

விடுதலை

சீதனம் என்ற பெயரில்
முதுகெலும்பில்லாத ஆண்கள் கேட்கும் வரதட்சணை -
பெண்கள் !
பெண்களின் உணர்வுகளை மதிக்காத
ஆண்கள் கேட்கும் வரதட்சணை சீதனம் !
சொல்லமுடியாத வார்த்தைகளும்
சொல்ல முடியாத வேதனைகளும்
சொல்ல முடியாத கஷ்டங்களும்
கண்ணீரையும் ஒரே சொல்லில்
உள்ளடக்கும் என்றால் - அது
சீதனம் என்ற சொல் தான் !
இதை ஆண்கள் எப்போது உணர்வார்கள் ?
அப்போதுதான் பெண்களுக்கு விடுதலை பிறக்கும் !

- சாரா

மணச் சந்தையில் மங்கைகள்

சீவி சிங்காரித்து மல்லிகை பூ தலைக்கு வைத்து..
காத்திருந்தேன் திருமண நாளுக்காக!

மணாளனும் வந்தான் மாப்பிள்ளை என்னும் பெயரில்..

மங்கை என்னையும் காட்சிப் பொருளாய் கண்டான்!

மணத் தேதியை குறிக்கும் முன்னே பணத்தேவையை
கூறிவிட்டான்..

சீதனம் என்னும் பெயரிலே..
சீர் செனத்தியைக் கேட்டுவிட்டான்!

மங்கைக்குள்ளும் மனது உண்டு என்பதனை மறந்து
விட்டான் ..

ஆண் மகனாய் பிறந்ததனால் பெண் வீட்டாரை
அடிமைப்படுத்திடவே நினைத்துவிட்டான்!

புதுமைப் பெண்களை உருவாக்க வேண்டும் என்ற
பாரதியே ..

மணப்பெண்களின் அவலங்களை புவியினிலே பார் நீயே!

ஆணும் பெண்ணும் சமம் என்பது வெறும்
வார்த்தையிலே..

வாடி நிற்கிறார்கள் முதிர்கன்னிகள் பலர் வரதட்சனை
கொடுமையினாலே!

க.சர்புன்னிஷா கரிமுல்லா

விந்தணு வியாபாரம்

வியாபாரச் சந்தையிலே ,
விழிக்கூட்டும் விந்தையிலே ,
கல்யாணப் பந்தலிலே ,
மகளே கொடைதான் ;
மகட்கொடை எதற்கு ...
மாமன் மகனே !
மைத்துனற்கு கடனே ...
கடனாகக் கைசேர்ந்த பொருளே !
பொருளதிகாரம் செல்லாது ...
விந்தணு விற்பனையில் ...
விலை படிந்தும் படியாத விந்தை ... !
விலைமுடிந்தாலும் வரி முடியாது ;
பொருள் பழுதென்றாலும் வரிவிலக்கு இல்லை ...

-    *ஜீவா சுஜி*

விலைமகளின் வட்டிப்பணம்

வட்டிக்கு விட்ட பணம்
வசூலாகிறது ;
வாட்டுதைய்யா அந்தப்பணம் ... !
வந்தமகள் விளக்கேற்ற , விளக்கொன்று கொண்டு
வந்தாள் ... !
வட்டிக்கணக்கு எகிரிப்போக ,
விடைகேட்டு விம்முகிறாள் ... !
விளக்காலே விமோட்சனம் ....

-    *ராமநாசி*

பத்தினி வேலைக்கு லஞ்சம்

நேர்க்கானலில் பங்கு கொண்டு ,
முன்பணமாக இலட்சம் கொண்டு ,
படியேறிய பத்தினிக்கு
பதவி உயர்ந்தாலும் ; பணி நிலையாகவில்லை ...
பணம் கூட்டி பணிசேர , பணியாள் வரிசையில் ;
எந்நேரமும் கைமாறலாம் ....

ஜெயலதா

பாவையின் மண வலி

அன்றும் இன்றும் என்றுமே மாறாத தொடர்
காதையாகவே உள்ளது பல பெண்களின் வாழ்க்கையில்
சீதனம் என்னும் சீர் வரிசை மட்டுமே.....

பல கனவுகளோடு மணமேடை ஏறும் பாவைக்கோ
புரியவில்லை நடப்பதெல்லாம் நாடகம் என்று...

பின்பு உணர்கிறாள் புகுந்த வீட்டில் நடக்கும் அன்றாட
வலிகள் நிறைந்த வார்த்தைகளின் வீச்சைக் கண்டு....

அவளும் நடிக்க தொடங்குகிறாள் தன் பிறந்த வீட்டாரின்
முன்பு...

வலிகளை தன் மனதில் மறைத்துக் கொண்டும்
புன்னகையை நீட்டுகிறாள் அவர்களின் மனம்
வருந்துவதை விரும்பாதவள்....

தன் உணர்வுகளைத் தொலைத்து வாழ்ந்தவள் மனம்
வெறுத்து தன்னையும் தொலைத்து வாழ முடிவு
கொண்டாள்....

அந்த பாவையின் இச்செயலோ புகுந்த வீட்டாருக்கு
மற்றொரு மண வாழ்வு பெற வழிவகித்ததே.....

இன்று தன் மகள் அழைப்பாள் என்று எதிர்பார்த்து
காத்திருக்கும் பெற்றோர்களுக்கு தெரிய போவதில்லை
தன் மகள் மீண்டும் அழைக்க முடியாத இடத்திற்கு
சென்று விட்டாள் என்று.....

- ரேவதி பால்மாணிக்கம்

முதிர்கன்னியின் ஆசை

அழும் குழந்தையைக் கண்டால்
உடனே என் கைகளில் தூக்கி
மார்போடு சேர்த்துவைத்தணைத்து
பால் கொடுத்து பசியமர்த்த
ஆசைதான் எனக்கு...

பசியென கேட்டும் முன்
என்னாசைத்துணைவனுக்கு
பிடித்த உணவை சமைத்து
பரிமாறிட ஆசைதான் எனக்கு...

வயதான மாமனார் மாமியாருக்கு
என்னென்ன தேவையென்று அறிந்து
அதனை தினமும் பூர்த்தி செய்து
அவர்களின் அன்பு மகளாக
இருக்கத்தான் ஆசை எனக்கு....

இப்படி எண்ணற்ற ஆசைகளோடு
இன்னும் தனித்திருக்கிறேன் - நான்
வரதட்சணை சந்தையில்
பேரத்திற்கு அடிபணியாமல்...
முதிர்கன்னியாய்...

- ஞானராஜ்

விழுக்காடுகளின் விசை

விளித்துக்கொள் மானிடா......!!

வரதட்சணை கொடுக்கமுடியாமல்
50விழுக்காடு பெண்கள் வாழ்வு இழக்கின்றனர்..

வரதட்சணை கொண்டுவந்த ஆணவத்தில்
30விழுக்காடு பெண்கள் வாழ்வை சீரளிகின்றனர்..

20விழுக்காடு பெண்கள் மட்டுமே செல்வத்தை
சீதனமாய் பெற்றோர் மனமகிழ கொண்டுவந்து
வாழ்க்கையினை சிறப்பாக வாழ்கின்றனர்
அதில் ஒருவள் தானோ உன் தாயும்..

ஆண்மகனே உன் மனம் இரங்கினால்
பெண்ணை பெற்றோர் மனம் மகிழ்வார்கள்..
வரதட்சணை என்றகொடுமையும்
நம் இந்திய திருநாட்டில் இருக்காது..

- ஞானராஜ்

என் பிரார்த்தனை

வரமாய் கிடைக்கும் வாழ்க்கைக்கு
காசு கொடுத்தால் தான்
தாலி கட்டுவேன் என்று

சொல்லும் மாப்பிள்ளையும்
ஒரு கசக்கும் வேப்பிலை

மருமகளிடம் இன்னும் என்னவெல்லாம்
சுரண்டலாம் என்று என்னும் மாமனாரும்
ஒரு கசக்கும் பாவக்காயாம் இந்த
கசப்பை கூட பொறுத்து கொள்ள
முடியம் அந்த புது மணப்பெண்ணால்

மருமகளை மகளாய் எண்ணாமல்
எதிரியாய் நினைத்து அவளையும்
அவள் குடும்பத்தையும் மட்டமாய் பேசி
நித்தம் நித்தம் அவளை கண்ணீர்
சிந்த வைக்கும் மாமியார்
ஒரு வெங்காயமும் சேர்ந்த கலவையே

தன்னை விட எல்லாவிதத்திலும்
குறைந்தவள் அவளை அவமானச்சின்னமாக
காட்ட வேண்டும் அவளை அசிங்க படுத்த
வேண்டும் ஒரு வேலைக்காரியை மாற்றி
அழ வைக்க வேண்டும் என்று என்னும்
நாத்தனாரும் ஒரு கார மிளகாயாம்

தட்சணை வரமாய் கிடைப்பது என்றாலும்
அது இன்று பல பெண்களுக்கும்
உயிரை எடுக்கும் சாபமாய் உள்ளது
இன்று பல ஆண்கள் தாமதமாய்
கல்யாணம் பண்ண சொல்லும் காரணம்
அப்போதுதான் வரதட்சனை அதிகமாய்
வாங்க முடியும் என்று
சொல்லிகொள்கிறார்கள் பெருமையாய்
வீடு வேண்டுமாம் நிலம் வேண்டுமாம்
கார் வேண்டுமாம் நகை வேண்டுமாம்
பாத்திர பண்டம் வேண்டுமாம்
பைக் வேண்டுமாம் மொத்த சொத்தே வேண்டுமாம்

ஆனால் அந்த பெண்ணின் அன்பு மட்டும் வேண்டாமாம்
அவள் வேலைகாரியாய் மாறவேண்டுமாம்
இவ்வளவு கொடுத்ததும் அவளுக்கு நிம்மதியில்லாத
வாழ்க்கை தான் பரிசாய் கிடைத்தது
அதுவும் தரிசாய் போனது

இது அவனின் அம்மா அப்பா அவனிடம்
சொல்லி சொல்லி மனதை மாற்றி
மனைவியும் சக மனிஷி என்று தோன்றாமல்
வியாபார பொருளோ என்று எண்ணி
அபலை பெண்ணை சித்ரவதை செய்கிறார்கள்
அந்த சின்ன பெண் என்ன ஒரு பொம்மையா

இன்று நல்ல வாழ்க்கை அமைவது
பலருக்கு என்றாலும் ஒரு சில
பூக்கள் கருகி போகிறது இப்படிபட்ட
சாப வாழ்க்கையில் மாட்டிக்கொண்டு
என்று அடங்குமோ இந்த வரதட்சனை
என்ற கொடூர பேயின் ஆட்டம்

காரத்தையும் கசப்பையும்
சந்திக்கும் பெண்கள் என்று இனிப்பை
அனுபவிபார்களோ அனைத்தும்
மாறி அவர்கள் தித்திப்பான வாழ்க்கை
வாழ கடவுளை வேண்டுகிறேன் நான்!

- ஞானராஜ்

பாதாள பாதை

"பெண்ணுக்கு எவ்ளோ செய்வீங்க" என்று
கேட்கும்போதிலிருந்தே

ஆரம்பிக்கிறது ஆண்மையின் அதிகாரமும் !!!

பெண்ணின் புகுந்த வீட்டு கொடுமையும் !!!

தன்னால் இதுவரை சம்பாதித்து
வாங்க முடியாததை,
வரப்போகும் துணையின் மூலம்
கேட்டு வாங்குவதற்கு பெயர் தான்
"வரதட்சணை".

மணமகனின் இயலாமைக்கு
மணமகள் கொடுக்கும் கூலி
தான் 'சீதனம்'.

நினைவில் கொள் தட்சணை என்பது
நாம் கொடுப்பது.
வரதட்சணை என்பது கேட்டு வாங்குவது.
நாமே கொடுப்பது "தானத்தில்" வரும்.
கேட்டு வாங்குவது "பிச்சையில்" வரும்.

மாட்டுச் சந்தையிலும்,
நடந்திடாத பேரம்..
மணப் பந்தலில்,
அரங்கேறும் அவலம்.!
திருமணம்
முடிந்தும் தீரவில்லை - இன்னும்
தீர்க்கப்படாத
விற்பனை கணக்குகள் !

தற்காலிக தீர்ப்பு..
வாழா வெட்டி !
நிரந்தர தீர்ப்பு...
விவாகரத்து !

- ஞானராஜ்

வியாபாரம்

உறவை விற்கும்
உச்சகட்ட வியாபாரம்
சீதனம் ...

இதில்
குடிசைக்கும் கோபுரத்திற்கும்
அளவில் மட்டுமே வேறுபாடு
ஆசையில் சமன்பாடு ...

மணச்சந்தையில்
மல்லுக்கட்டும்
பேரம்
மங்கையர் குலத்தை
மரணப்படுத்தும்
கோரம் ...

சீதனத்தில்
சிக்குப்பிடித்துக் கிடப்பது
தகப்பனின் இதயம் ...

கடன்பட்டு வாங்கிய
கட்டிலும் மெத்தையும்
கணவனுக்கு மஞ்சம்
ஆகலாம்

ஆனால்

கண்டும் காணாமலும்
கலங்கி நிற்கும் அவளுக்கு
கண்ணீரே தஞ்சம் ஆகலாம் ...

அர்ச்சனை செய்து
அலங்கரிக்க வேண்டிய
அழகுச் சிலைகள்
சீதனத்தின் சீரழிவில்
சிக்குண்டு தவிப்பது
பெண்மையின் சாபமோ ?...

பேராசையின் தாபமோ ?...

விலை பேசும்
வீட்டுத் தரகர்களின்
விபரீத விளையாட்டு ...

இந்த
ஆடுபுலி ஆட்டத்தில்
பகடையாய் வெட்டப்பட்டு
பாவப் பிறவியாய்ச்
சமைந்து கிடக்கும்
பருவப்பூக்கள்
சந்தைப்படுத்துவதும்
ஏனா ?...

பெருமைக்குப்
பேரம் பேசும் பெற்றோர்களே ...

சிந்தையில் வைக்கிறேன்...

பெயருக்குக்கூட
செய்யமுடியாத பெற்றோர்களே

வந்தனம் செய்கிறேன்...

வளர்த்த பிள்ளைக்கு
அறிவைக் கொடுப்போம்
அதுவே ஆயுதம்...

சீதனக் கிறுக்கர்களின்
சிறுமதியைக் கிழித்தெறிவோம்...

முடங்கிய
முதிர் கன்னிகளை
முழுநிலவாக்கி ரசித்திடுவோம்...

சீதனம்
சீரழிவின் சாதனம்...

சு. சோலைராஜா

பெண்ணின் அவலம்

ஆண்னென்ற அறியாமைக்கும்
பெண்ணென்ற அமைதிக்கும் பந்தம் செய்ய - இந்த
சீரளிவே பாதையாம்
இவை மூடர்களின் வாதையாம்

இருமனம் சேர்ந்து
ஒரு மனம் ஆகும்
திருமண நாட்கள்...

ஒரு ஏழைக் குடும்பத்தில்
மூன்று வேளை உணவையும் பறித்து
சீதனம் சாதனை புரியும்

பெண்பார்க்கும் படலம்
பேரார்வத்துடன் தொடங்கும்
பரிமாறிய உணவுகள் தீர்வதற்குள்
மாப்பிள்ளையை விலைபேச தொடங்குவர்

நல்ல வரமென ஊரார் உறும
சேர்த்த சொத்துக்களை
சீதனமாய்க் கக்குவர்

வட்டிகளின் பெருக்கும்
கழுத்தினை நெருக்கும்
அத்தனையும் பொறுப்பார்
தம்புதல்வி புன்னகைக்காய்...
கண்கள் நிறைய
கைகள் வெறுமையாகும்...

திருமணம் முடிந்ததென்று
பெரும்மூச்சி விட்டுத்திரும்பி
பெரும்பாடு படுவர்

கடனாளி என்ற பட்டம் களைய...

புகுந்த வீட்டிலிருந்து புதல்வி மணியோசை வர...
விறுவிறுத்துப் போய்
விருப்புடன் எடுத்த பெற்றோருக்கு...
படபடக்கும் தகவலால்
மனமுடைந்து நின்றனர்...
சீதனமென்பது திருமணத்திற்கான கடமையல்ல- அது
சீதனமென்பது திருமணத்திற்கு பின்னரான கொடுமை
என்று
உணர்ந்த வேளை...

சீரான சமூகத்திற்கு
சீதனம் என்ற சீரழிவு
ஒளிந்து பேவதே நன்று
உறவை துறந்து இல்லறம் என்ற சொல்லுக்கு அர்த்தமாய்
இருக்கும் நல்லுறவை பேண
சீதனம் அவசியமோ!!?
சீதனம் சீரழிவின் சாதனம்.

கா. டக்சலா

கட்டணம் கட்டினால் கல்யாணம்.

வீட்டில் பார்த்த
 மாப்பிளை!
ஒரே நாளில் ஒப்புக்கொண்ட
 திருமணம்!

இரு விட்டார் சம்மதம்
 மாப்பிளை தாய்க்கு ஆசையாம்!

ஐம்பது பவுனு
 பற்பல பாத்திரம் வேண்டும்!
இரண்டு லட்சம்
 வாகனம்!
அப்பா பல இடத்தில் கடனாளி ஆகினார்
இருந்தும் மாமியார் ஆசை நிறைவேற வில்லை!

மணமேடை ஏறினேன்
 தனி ஒருத்தியாக நின்றேன்!

கேட்டது போடாவிட்டால் திருமணம் இல்லை !

சீதனம் இல்லா குறை
 சிறழிவு வாழ்க்கை!

காலம் பதில் சொல்லுமா
 நின்ற திருமணதிற்கு?

இரா. கலைவாணி எம்., ஏ

காலம் முழுவதும் சீதனம்

கல்யாணத்தில்
சீதனம்!
ஐந்து மாதக் கர்ப்பிணிக்கு சீதனம்!
ஒன்பது மாதம் வலையாளி
சீதனம்!
பிள்ளை பெற்றெடுக்க
சீதனம்!
பெண்ணுக்கு செய்தது பத்தவில்லையாம்!
பேரப்பிள்ளைக்கும்
சீதனம்!
பெண்ணுக்கு இறுதி
சீதனம்!
கொடித்துணி
சீதனம்!
கண்ணீர் துளிகளின்
சீதனம்!

இரா. கலைவாணி எம்., ஏ.

வேண்டிய மாற்றம்

ஆணுக்குப் பெண் நிகரா நின்று
பூணும் வெற்றிகள் எண்ணில எண்ணில !
காணும் துறையெல்லாம் தகவுறும் அவர்தமைப்
பேணும் மரபுகள் தீதில தீதில !

பாரதி கண்ட கனவதை நனவாக்கப்
பட்டங்கள் ஆளவில்லையா?
பாரதில் தம் மழலைகள் நலம் பெறத்
திட்டங்கள் தீட்டவில்லையா?
போரது முதலாய்ப் பூணும் இல்லறம் வரை
சட்டங்கள் காக்கவில்லையா?
வேரதோடறுத்து மடைமைகள் களைந்து
வாட்டங்கள் நீக்கவில்லையா?
புதுமைப் பெண்பற்றிப் புறத்திலே பேசுகிறீர்!
பதுமை போலகத்துள் பதுக்கிவைக்க எண்ணுவதேன்?
ஏதேது? பெண்ணுமோ ருணர்வுள்ள பதுமையெனப்
போதம தகன்றுநீவிர் புரியுநாள் எந்நாளோ?

மலர்ச்சியாய் மங்கையவள்
எவருடனும் பேசிவிட்டால்
மகிமையிலாப் பெண்ணென்பீர்!
பேச விருப்பின்றி ஒதுங்கினால்
"பெருமை பிடித்தவள்" என்பீர்!
வாழவும் வழிசொல்லீர்!
மாண்டாலும் பழித்துரைப்பீர்!
சக்திக்குமட்டும் நீவீர்
"சகலகலாவல்லி"யென
விழா எடுப்பீர்!

மணமாலை சூடி மகிழ்ந்திடல் வேண்டுமென்றால்
"பணமாக எவ்வளவு தருவீர்கள்?" என்கின்றீர்! -
கற்பொழுக்கம்

கணமேனும் பிறழாத குணமான துணைவியிலும்
பணமொன்றும் பெரிதன்று - ஏனுமக்குப் புரியவில்லை?
கண்ணே! மணியே! எனக் காதல் புரிகின்றீர்!
"எண்ணமதி லென்றும் நீயே
வாழ்வில்லை நீயின்றி"யென்பீர்! - பின்
"அண்ணன் நான்; தங்கையுளாள்;
ஆதலாலெனக்கு ஒரு பன்னிரு லட்சங்கள்
பணமாக வேண்டு"மென்பீர்!

தங்கைக்குத் தானே கேட்கிறீர்
சங்கையுற வேண்டாமே!
எங்கள் அண்ணனில் தங்கையர்
எங்கையா போவது?
உங்கள் பிடிவாதம்விட்டு
இங்ஙனம் சற்றெண்ணிப் பாரும்!
சங்கத் தமிழ் மரபில்
எங்கேனும் இஃதுண்டோ?

பேசாத பெண்ணைப் பேசவைத்து
நேசமதாலவளைப் பேதலிக்க வைத்து பின்
"காசு தான் வேண்டுமென்றில்லை
காசும் வேண்டும்" என்பீர்!
சின்னதாய் ஒருவீடும் பொன்னகை முப்பதும்
இன்னுமோர் இருபது மிருந்தாலும்...
கண்ணாடிப் பெண் வேண்டாம்
கறுப்பியா அவள் வேண்டாம்
தெத்துப்பல் வேண்டாம்
தெரியாத ஜாதி வேண்டாம்
குண்டான பெண் வேண்டாம்
குட்டையா அவள் வேண்டாம்...
எத்துனை எத்துனை ?
எத்துனையோ நிபந்தனை
அத்தனையும் தாண்டிவென்றால்
இத்தரையில் இல்லறமாம்...

கண்ணிலே கருணையுடன்
எண்ணத்தில் தூய்மையுடன்
பெண்ணையும் பாருங்கள்
எண்ணிலாத் திறம் தெரியும்
பெண்ணியம் பேசாதீர்
திண்ணமாய்க் கடைப்பிடிப்பீர்
விண்ணவர் வந்திறங்கி
மண்ணிலே யருளோம்பார்
வெண்மனங் கொண்டநல்
வண்மையரே இங்கு தேவர்

சீதனத் தீயிலே
சிதைகள் குளித்திடப்
பேதைமை யிருளினுள்
"மேதகு" இராமர்கள்!
ஆறுமோ?
அவர்தம் ரணம்??
மாறுமோ?
இவர்தம் மனம்??

வேறுபல விடயங்களிலெல்லாம்
மாறுபடப் புதுக்கும் நாம்
சீர்தூக்கிப் பார்த்திட்டால்
சிறியதீர்வொன் றிதற்கும் தெரிந்திடலாம்
இனியேனும்...
நேரிய மாற்றம் நிகழ்ந்திடுமோ?
பாரியராவரோ நம்புதல்வர்?
பாரியாராவரோ நம்செல்விகள்?
மாறுமோ இந்நிலை?

- ரோஜா

சீதனத்தால் சிதைந்த மலரே

குடும்பக் குளத்தில் குதூகலம் கொண்டு செந்தாமரையாய்
மலர்ந்தவள்..!!

ஆசைகளால் அடுக்கு மாடிகள் எழுப்பிக் கட்டிடக்
கலைகளைச்
செதுக்கியவளாய் ..!!

இனித் தளராது குடும்பம் எனத் தகப்பன் தாங்கிப்
பிடிப்பதை எண்ணத்தில் விதைத்தவளாய்..!!

பாடசாலைப் பட்டப் புதையல்களைத் தட்டிப் பறித்திடத்
தவணைகளை எய்தியவள்..!!

இத்துனை நினைவுகளும் வண்ணமாய்ப் பறக்கத்
திடீரெனத் தவறினான் தகப்பனவன்..!!

அய்யோ பாவம் அவள் வண்ணமாய்ப் பறந்த
எண்ணங்கள் வறுமை வலையில் வசமாய் மாட்டிக்
கொண்டது..!!

இனி என்ன தான் செய்யவென்று தவறிப் போன தகப்பன்
சுமைகள் தள்ளாடித் தள்ளாடி தலைமேல் இறங்கத்
தாங்கிக் கொண்டாள் தாய் மனத்தோடு..!!

தன் கல்விக் கனவு சிதைந்து போனாலும் கூடப்
பிறந்தவர்களின் கல்விக் கனவு கலையாமல் இருக்கத்
தட்டித் திறந்தாள் கல்விக் கதவை..!!

இத்துனை அவலத்திலும் கடவுள் கரம் தருவார் என
இருக்கக் காகிதம் வரம் கொடுத்தது வெளிநாட்டுப்
பயணமாய்..!!

கனவுகள் சுமந்து கற்பாறையாய்ப் போன உள்ளத்திற்குக்
கற்கள் இட்டுக் கட்டிடம் அமைத்தாள் காயங்கள் மறைந்து
இருக்க..!!

காலங்கள் கடந்து போனது கனக்கு ஒன்றும் சொல்லாமல்
கூடப் பிறந்தவர்களும் கல்வியோடு கலந்து காற்றில்
பறந்து போனார்கள்..!!

கன்னிக் கலையும் மெல்ல ஓட வென்னிறத் தலையும்
அவளை நாட
  வெளிநாட்டுப் பயணமும் விடை கொடுத்தது..!!

வெந்நீர் ஆவி போல் வேகமாக அவளைக் காணாத
கேள்விக்கு விடையாகத் தோன்றினால் தாய் முன்பே..!!

அவள் வந்த சூடு ஆறாத நிலையில் அவளுக்கு மணமகன்
கோரி வளர்ந்த ஒருவரிடம் வாக்குப் பதித்தாள் அவள்
தாய்..!!

வளர்ந்தவரின் வாக்கோ இப்படி! மணமகன் முதுகெலும்பு
கோளாறெனச் சீர் செய்யச் சீதனத் தொகை கேட்டதாய்..!!

சிலைக்குத் தான் விலை என்றால்..!
செந்தூரலுக்கும் விலை
ஆனதே..!

வாழ்க்கைப் பயணம் செய்ய ஆசைக் கப்பல்
செய்து வைத்தாள் ஆனால் அதுவோ!
சீதனச் சூறாவளியில் சிக்கிக் கண்ணீர்க் கடலில் மூழ்கிப்
போனது..!!

பாவம் அவள் வாடியே

வதங்கிப்
போனாள்
வரதட்சனைக் கொடுமையால் வாழ்க்கையும்
வேனாதென்று..!!

மலரும் என்று இருந்த
ரோஜாச் செடியவள்
மலராமலே வாடிப் போனால்
வரதட்சணை வெயிலில்..!!

கன்னி மலர்களின் வாழ்க்கைப் பாதையில்
வரதட்சனையைத் தடையாகப் போடாதே !
தடுக்கி விழும் அவர்களின் ஏக்கக் கண்ணீர்
கற்களையும் கரைத்து
விடும்..!!

வரதட்சணையே ! நீ வந்து போட்ட
அர்ச்சனைக்கு..!
காலமெல்லாம் கண்ணீரே மிச்சம்...!

கவி நேசன் இஜாஸ்.

திருமணத்தின் மதிப்பு

வரதட்சணை சேவல் கூவியதால்தான்
விடிகிறதா காலை
ஆனால் யார் கூவியும் இன்னும் விடியவில்லை
பல பெண்களின் வாழ்க்கை !

"பெண்ணுக்கு எவ்வளோ செய்வீங்க" என்று
கேட்கும்போதிலிருந்தே ஆரம்பிக்கிறது
ஆணின் அதிகாரமும்!!!
பெண்ணின் புகுந்த வீட்டுக்கொடுமையும்!!

சீதனம் வாங்கி என்னை சிறைபிடித்த
என் கணவருக்கு பெண் பிள்ளைகளாகவே...
பெற்றுக் கொடுக்க ஆசை

சீதனமாக கொடுத்த பைக்கில்
கணவருடன் சேர்ந்து செல்ல
மனமில்லை எனக்கு
செருப்பு இல்லாமல் நடக்கும்
என் தந்தையின் கால்களைப் பார்க்கும்போது !

முதுகெழும்பு உள்ள எந்த ஆணும்
தன் விலா எலும்புக்கு விலை பேசமாட்டானே !

பொன் நகைக்காக ஏங்கிய பெண்
அது கிடைத்ததும் அணியாமல்
சேமிக்கத் தொடங்கினாள்...
அவளுக்கு ஒரு பெண் குழந்தை பிறந்ததனால்...
இன்று மணம் முடிப்பதில் மனத்தைவிட
பணத்திற்கே மதிப்பு அதிகம் !

ரஞ்சித்

முள்ளம்தண்டிலி

பெண் பிள்ளை பெற்றவன் பேரப்பிள்ளை காணும்வரை
கரைகிறான் கண்ணீரில், துடிக்கிறான் துன்பத்தில்,
அலைகிறான் இராப்பகலாய்.

முள்ளம் தண்டற்ற ஆண்மகன் வேரம் பேசுகிறான்
முடியாத கட்டத்தில் முழுவதையும் அபகரிக்கிறான்.

சின்னஞ்சிறு கூட்டுக் குடும்பம் அதை சீரழியச் செய்து
சில்லறையாய் சிதரச் செய்தான்.

தன் துணைவனை அடைய எத்தனையோ அவா
அத்தனையும் இளந்து இன்றி கண்ணீரில் கரைகிளாள்
பேதை.

தாய் தந்தை சகோதரமும் தன் உலகமென வாழ்ந்தவள்
தான் மட்டும் வீட்டில் தனிமையில் தவிக்கிறாள்.

அத்தனையும் இளந்தாள் கண்ணீரில் மிதந்தாள். விடியலே
வேண்டாம் என்று வெறுத்தாள்.

இன்னும் ஓயவில்லை பல தசாப்பங்கள் கடந்தும்
கொடுத்த சீதனம் குறைவென்ற கோசம். குழந்தைகளும்
இரண்டாக்கிப் போச்சு.

இளம் வயதில் இன்பங்களை இளந்தவள் இன்று கடல்
கடந்து செல்கிறாள் மாடாய் உளைக்கிறாள் மருத்துப்
போகும்வரை.

கவிப்பொய்கை
ஜவ்சன் அஹமட்

பெண்ணை பெற்றவன்.

சீதனம் சீதனம்
ஏனடா இந்த சாதனம்.

உழைக்கத் தெரியாத உனக்கு இல்லை ஊனமா நீ.

ஊணற்று உறவற்று மாடாய் உழைத்த தகப்பம் நாதியற்று
நடுத்தெருவில் ஏனடா.

போதாது போதாது என்ற கோசம் ஏனடா நீயும் ஆண்மகன்
தானடா.?

நீயும் மாறடா இனியும் வேண்டாமடா.

உன் செகுசுக்காய் நீ கேட்ட ஒவ்வொன்றும் சமூச்
சீரழிவின் சாதனமே .

சீதனத்தின் கொடுமை குடிசை வீடுகளில் குமரிகளின்
அழுகையடா

மனிதா இனியும் வேண்டாமடா
சீதனச் சீர்கேடு.

சீதனச் சீரழிவின் சாதனம் போக்கி நல்ல கணவனாய்
மருமகனாய் நாலுபேர் நன்றாய் பேச வாழடா உன்னால்
உலகம் சிறக்க.

கவிப்பொய்கை
ஜவ்சன் அஹமட்

மணமகன் எய்திய பட்டியல்

பட்டங்கள் பல படித்தும்
பணப் பட்டங்களைப் பறக்க விட வேண்டுமாம்!

திருமண வாழ்வுதனில் உருக்குலைந்த பண்ட மாற்றம்!

ஆணோ! பெண்மையோ!
பிறப்பால் உரிமம் பெற்று
உணர்வுகளை உறைத்திடுவதோ?

மணமகன் எய்திய பட்டியல்கள் யாவும்
தையலின் வீட்டார் அனைவரையும் நொடிக்கச் செய்து!

மங்கையினைச் கரைச்சேர்க்க, கடல் தாண்டி வாணிகம்
பாடி!

வாழ்வியலை பண்ட மாற்றம் செய்யும் அர்ப்ப பிறவிகள்!

பல பவுண்டுகளின் பஞுவினைச் சுமந்து பவுன்களைக்
குவித்து!
வட்டியர்களியிடமிருந்து பதுங்கி!

செய்யும் வினையினை மறந்து செய்வினைச் செய்து!

சீதனமாய் உமிழும் பெறும் மொட்டு இழந்த மலர்களின்
அவலம் அவதரிப்பதென்ன?

-

ப.ஹரிணி(கவியின்
காதலி)

சீ.......தனம்!!!

தனம் இருந்தால் தரலாம் சீதனம்!

தனம் என்று பெயர் மட்டும் வைத்துவிட்டு ஒன்றும்
தராமல் அனுப்பி வைத்தார் அப்பா !
புகுந்த வீட்டிற்கு!!

எங்கே தனம் எங்கே தனம் என்று கேட்கும் அளவிற்கு
மாடாய் உழைத்தாலும்

சீதனம் தரவில்லை என்றே அனுப்பி வைப்பார்!
சுடுகாட்டிற்கு!!

மு. தங்க கல்யாணி

கொடுமையை நீக்கு

வரதட்சணை என்பது
உயிர் கொல்லும் வைரஸ்..

பெற்ற பெண் பிள்ளைகளை கரையேற்ற,
கடல் கடந்து உழைத்து,
உருக்குலைந்து நிற்கின்றனர்
அவர்களின் பெற்றோர்கள்...

இருபது சவரன் படையலுக்கு,
அறுபது வயது மாப்பிள்ளை..
அறுபது சவரன் படியளந்தால்
இருபதிலும் மணக்கோலம்...

இக்கொடுமையில் இருந்து நீங்க
விழித்து எழு பெண்ணே!!!
உலகை நினைத்து புலம்பாதே!
உன்னை நினைத்து கலங்காதே!

இது போன்ற வரதட்சணை கொடுமைகள்
இனி எந்த பெண்ணிற்கும் நிகழக்கூடாது
என்பதில் உறுதியாக இரு!
ஏனெனில், பெண் என்பவள்
அடிமையின் அடையாளம் அல்ல;
சமுதாயத்தை எதிர்த்துக் குரல் கொடுக்கும் அளவிற்குக்
கருத்துச் சுதந்திரமும், துணிவும் பெற்றவள் அவள்...

நந்தினி மாரப்பன்

சீதனம் என்னும் வியாபாரம்

சீதனம் எனும் பணப்பேய் கொண்டு
ஆடித்திரியும் ஆண்மகன்களே
உங்களை நீங்களே கேட்டுக் கொள்ளுங்கள்..

பெண்களை விலைபேசி திருமணம் செய்ய
இது வியாபாரமா என்று..!

முதுகெலும்பு இல்லா ஆண்மகன்கள்
ஆக்கிரமிக்கும் ஓர் ஆட்சிப்போராட்டமே
சீதனப்போராட்டம்...

சிறந்த ஆடவன் ஓர்போதும்
தன் விலா எழும்பை விலைபேசமாட்டான்

வரதட்சணையால் இன்று திருமணம் என்ற
இலட்சணை இழந்து எத்தனை பெண்கள்
மணவயதை அடைந்தும் முதிர்கண்ணியாய்
முக்தி பெற்று வாழ்கின்றனர்..!

திருமணம் என்பது ஓர் பெரும் அழகிய வரம்...!
அதை பிச்சை எடுத்து ஆரம்பம் செய்யும்
ஆண்மகன்களே வேண்டாம் இந்த வாழ்வு
உங்களுக்கபெருமை

கிரானியன்
செந்தூரன்

"பெண்ணே பெருமை

பெண்ணே பெருமை கொள்
கண்மணியே, கர்வம் கொள்
நீ கருவில் இருக்கும் போதே
மரணத்தை எதிர்த்தவளே
பிறந்தும் உனை கள்ளிபாலுக்கே
பலியாக்கியது இச்சமூகமே!
பேதையே பெதும்பையே,
புரிந்துகொள், நீ வளரும் போதே
தீதும் நன்றும் அறிந்து கொள்வாயே
கண்களில் கருணை இல்லாமலே
உன்னை பார்ப்பானே

மங்கையே, மடந்தையே
மதி தெளிந்து கொள்
நீ கற்க வேண்டியது விடா முயற்சியே
உனை இழிவுபடுத்தும் அறிவிலிகளை கடந்து
சாதிப்பாயே

அரிவையே தெரிவையே
அறிந்துகொள், உனை கலங்கம் செய்வானே
அவனை யோக்கியன் என்பானே
ஒப்புக்கொள்ளாதே, துயர் ஏற்றி ததும்பாதே

மனிதப் புனிதமே வீரம் கொள்
ஆற்றை மாசாக்கிவிட்டு அலட்சியம் செய்வானே
உனை கலங்கப்படுத்தி விட்டு உன்மேல் தவறு என்பானே
உலகின் மூன்றில் இரு பங்கு நீரே
சமுதாயத்தின் உயிர் மூச்சு நீதானே
பெண்ணே பெருமை கொள்!

இரானியன்
செந்தூரன்

பிச்சை காசு தான் இந்த சீதனம்

உனக்காகவே படைக்க பட்டவள் அவள் என
தெரிந்தும் நீ அவளை சீதனம் என்னும் சொல்லால்
காயப்படுத்துகிறாய்....

உன் இறுதி மூச்சு வரை
உன்னுள் பாதியாக இருக்க போகிறவளை
சொற்ப்ப பணத்திற்கு சமமாய் ஒப்பிடுகிறாய்....
நொண்டி அடிக்கும் சமுதாயம்
முண்டியடித்துக் கொண்டு கேட்கும்
சீதனத்திற்கு ஏழை குமாரிகள் எங்கே போவது .....

பணக்கார மாமனாரின் பாசமுள்ள மகளை
சுமக்க கூலிக்கு நியமித்த செக்கு மாடுகள்
இந்த சீதனப் பேய்கள் உழைத்து வாழ
முதுகெலும்பு அற்ற ஆண்கள் கேட்கும்
பிச்சை காசு தான் இந்த சீதனம்...

ஆண் பிள்ளைகளை காசுக்காக
விற்கும் வியாபாரிகளே !
கவனமாக கேளுங்கள்!!
சீதனம் ஒவ்வொரு ரூபாய்களும்
பெண் வீட்டாரீன் வியர்வை
துணிகளும் வலிகளுமே
மருமகனுக்கு கொடுக்கும்
சீதனத்தின் அளவு தான்
உங்கள் மகளின் சந்தோஷமான வாழ்க்கையை
தீர்மானிக்கும் என்றால் ....
அதை விட பெரிய அவமானம் வேறு இல்லை
உங்கள் மகளுக்கு கணவன்னாகும் ஆணுக்கு....

கிரானியன்
செந்தூரன்

பெண்ணின் தட்சணை

தட்சணை கொடுத்து வீட்டு உன்னை நீயே ,
வாழ்க்கை என்னும் வலையில் விழுந்தாய்...
இருப்பினும் அளாதி கற்பனை நம்மை ,
மெருகூட்டும் பலசமயம்...

-இ.காயத்ரி

அவலக்குரல்

பல கனவுகளுடன்
தன் உறவை தள்ளி
வந்தேன்...
ஆனால்,,,
இங்கு என்னை நீங்கள்
ஒரு பொருளை போல
அடக்கினீரே...
என்????
என் வீட்டு தட்சணை
தீர்ந்ததே...

-இ. காயத்ரி

ஓய்வில்லா பயணம்

தாய்க்குப்பின் தாரமாகிக் கணவனைக் காக்கும் பெண்
தெய்வம் தானோ !

தட்சணைக்கேட்கும் கல்நெஞ்சத்தையும் கணவனென
நினைக்கும் மனமோ?
உனக்கு !

விலையில்லா மாணிக்கத்திற்கு விலைபேசுவது நியாயம்
தானோ !

தாலிக்கயிற்றை கழுத்திலிட்டு உடன் தூக்கு கயிற்றை
பரிசளித்தானோ !

மனமில்லா மானிடர்க்கு திருமணம் தேவைதானோ !

ஒளிப்பந்தம் ஏற்றியவள் வீட்டில் தீப்பந்தம் ஏற்றுவது
நியாயம் தானோ !

பொன்னை மண்ணாக மதித்து ,
பெண்ணை பொன்னாக மதிக்கும்
மனதை தேடியே அவளது பயணமும் தொடர்ந்ததோ !
தொடர்ந்ததோ !
தொடர்ந்ததோ !

–ச.ஜீவதர்
ஷினி

அன்பெனும் பேராற்றல்

பெற்ற பிள்ளை வாழ்வமைக்க
பேச வரும் கூட்டமொன்று
வீடு வாசல் உற்று நோக்க
மங்கை வதனம் முதலே
குறை நோக்கிடும் ஒன்றமர்ந்து..
தட்டிப் பேசி பேரம் போட்டு
விலை நிர்ணயம் செய்து விடும்!

பரந்த சபையினிலே
பட்டறிவும் பயனுறாது
பகுத்தறிவும் இருந்திடாது
பழக்கவழக்கம் என்று சொல்லி
பாழுங்குழியில் பவித்ரமதை தள்ளிவிடும் சடங்கதனை
பெண் பார்க்கும் படலம் என்பர்!!

பொருள் சேர்க்க பல வழியுண்டு
அது காணாது,
பெண் வாழ்வுதனை முன்னிருத்தி பேராசைக்கு
உணவளிக்க
கௌரவ கிறுக்கன் துணை நிற்பது தர்மமல்லவே!
வறுமை கண்டுணர்ந்து
தற்பெருமை விலக்கினால்
அன்பெனும் ஆயுதம்
கண்டிடலாம் எளிதில்!
அன்பெனும் அஸ்திரம் கொண்டு
அஸ்திவாரம் இட்டோமேயானால்
அடங்கிவிடும் இச்சீர் சடங்கு!
அடுத்த தலைமுறை செம்மைப்படுத்த
அன்பாலன்றி யாரால் முடியும்?

இராம ஹரி பிரகாஷ்   (தமிழ் தீவிரன் ஹபி)

சீதனத்தின் சாயல்

மங்கை என்றாலே ஆசைகளின் சொந்தக்காரிதான்....

அதிலும் திருமணம் பற்றிய ஆசைக்கு அளவே இல்லை.

என்னவன் எப்போது வருவான் என்று
அடுக்கடுக்கான ஆசைகளுடனும்,
கனவுகளுடனும் காத்திருப்பாள்..

மாப்பிள்ளை வீட்டாரின் வருகையை அரங்கேறவே,

பெற்றோரின் கண்களில் கண்ணீரும்
அவள் முகத்தில் புன்னகை சுமந்து உள்ள நுழைவாள்...

"பெண்ணுக்கு எவ்வளவு செய்வீங்க" என்றவாரே
ஆரம்பிக்கிறார் மாப்பிள்ளையின் தந்தை..

வாடிய முகத்துடன் மகிழ்வாய்
மங்கைக்கு கொடுப்பதை கூறவே..

மணமகனின் இயலாமைக்கு
மருமகள் கொடுக்கும்
அன்பளிப்பு என்றவாறு இருப்பதற்கு
வீடும் செல்வதற்கு வாகனமும் என்று
ஆரம்பிக்கிறாள் மாப்பிள்ளையின் தாய்..

ஆண்மைக்கு அடையாளம் இன்றி
என்னவனின் குடும்பம் கேட்பதை
காதில் வாங்கிய மங்கையின்
உள்ளம் நமக்குத்தானே என்று சமாதானமும் செய்தது.

அனைத்தையும் இழந்து பலத்த

கடன் சுமையுடன் மங்கை
கரம் பிடித்து திருமணமும் அரங்கேறியது.

இன்னமும் உன் அம்மா அப்பா
வெளியில் போகவில்லையா என்ற
சலசலப்புடன் இரண்டாம் நாளில்
தொடங்கியது மாப்பிள்ளையின் விளையாட்டு...

பெண்ணை பெற்றெடுத்தவன் வெளியே....

ஆணை பெற்றடுத்தவன் உள்ளே..

சீதனம் என்ற பெயர் கொண்டு
ஆரம்பிக்கின்றது மங்கையின் கண்ணீர் கலந்த வாழ்க்கை...

ஆண்மைக்கு அவமானமாய் அவதரித்த
சீதனம் கடவுளின் சோதனையா...

ஆண்மையின் சாதனையா...

பெண் வீட்டாரின் கண்ணீரின் விதியா...

மொத்தத்தில் சீதனம் உறவுகளை சீரழிக்கும் சாதனமே..

ரிபால்ஸ்

தந்தையின் கவனத்திற்கு!

ஒரு மகள் பிறக்கும்போது,
ஒரே நேரத்தில் ஒன்று நடக்கும்;
அன்றிலிருந்து இரவும் பகலும்
சம்பாதிக்க ஒரே ஒரு தந்தை தேவை !
 அது எதுவாக இருந்தாலும்,
வரதட்சணையை எப்படி வசூலிக்கக்கூடாது;
அந்த வரதட்சணையில் இருந்து
உங்கள் அன்பு மகளுக்கு விடைபெற வேண்டும்.
பிறகு தன்னை நிர்வகிப்பது
மிகவும் கடினம்; - மேலும்
வரதட்சணையின் தாங்க முடியாத
வலியிலிருந்து தன்னை நீக்குவதற்கு...
பையனின் தந்தை அந்தப்
பெண்ணின் தந்தையிடம் சொன்னபோது;
சில திருமணங்கள் உங்களுடன்
விவாதிக்கப்பட வேண்டும்.
அதனால் பெண்ணின் தந்தையின்
இதயம் வலிக்கிறது; - மேலும்
திடீரென தொண்டை வறண்டு போகிறது...
அடிப்பது திடீரென்று வேகமாக
செல்லத் தொடங்குகிறது;
இதயத்தில் ஒரே ஒரு
விஷயம் எழுகிறது...
பையனின் தந்தை இப்போது
வரதட்சணை பற்றி பேசுவார்; - அவர்
எவ்வளவு தொகை கேட்பார் ?
என்று தெரியவில்லை ...
இந்தத் தொகையை என்னால்
உயர்த்த முடியுமா இல்லையா ?
என்பது எனக்குத் தெரியாது;
நீங்கள் எங்காவது எவ்வளவு
அடமானம் வைக்க வேண்டும் என்று தெரியவில்லை...

மேலும் எத்தனை இதயங்கள்
அமைதியற்றவை என்று தெரியவில்லை;
கனமான மனதில் கேள்விகள்
எழத் தொடங்கும் போது.
அந்த நேரம் எவ்வளவு
அழிவை ஏற்படுத்துகிறது
என்று தெரியாது; சாகாதீர்கள்,
மற்ற அனைத்தும் நடக்கும்.
அந்த தருணம் ஒரு பயங்கரமான
கனவை விட பயங்கரமானதாகும்;
ஒரு பெண்ணின் தந்தை எப்படி
விலகுவது என்று யோசிக்கிறார். கண்களை திகைக்க
வைக்கும்
வெளிச்சம் கூட இருளைப் போல் தெரிகிறது;
மகளின் திருமணக் கனவு - ஒரு
பயங்கரமான கனவு போல் தெரிகிறது...

ஜனரஞ்ஜனி

திரு(மதி)

மதி... அவளின் வாழ்வில் நீ
பரிசளித்த அழகிய
துன்பத்தின் நினைவுகள்...
செல்வியாய் பிறந்து
திருமதியாய் முடிசூட காத்திருந்தாள்...
திருமணம் என்னும் அழகிய
சொர்க்கத்தில் அவளை அன்புடன் வரவேற்று !
அவளை புன்னகையுடன்
வரதட்சணை என்னும்
நரகத்தை பரிசளித்த தருணங்களில் ...
தன் கணவன் தன்னை தினம் தோறும் நினைக்க வேண்டும்
என்னும் அவளின் பல நாள் ஆசை நிறைவேற்ற பட்டது...

-கு. ஈஸ்வரி

வரதட்சணை நோய்

வறுமையின பெண்கள் கண்ட
கொடுமையான பஞ்சம்
பொறுமையிழந்து தற்கொலையை தேடுதே
பொறுமையற்ற நெஞ்சம்

மணம் செய்துகொள்ள
ஏற்பட்ட தடையோ
இதனை தடுக்க
என்ன விடையோ???

ஆண்மகன்கள்,
மனையை எதிர்ப்பார்க்காமல்-நல்ல
மனைவியை எதிர்பார்க்க வேண்டும்
பொன்னை எதிர்பார்த்திடாமல்-நல்ல
பெண்ணை எதிர்பார்க்க வேண்டும்
பணத்தை எதிர்பார்த்திடாமல்
நற்குணத்தை எதிர்பார்க்க வேண்டும்

சட்டத்தை பலப்படுத்த வேண்டும்
வரதட்சணை நோயை குணப்படுத்த வேண்டும்
அதற்கு இளைஞர்கள் ஒத்துழைக்க வேண்டும்

இக்கொடுமையும் ஒரு நாள் தீரும்
மகளிர் மனதில் ஆனந்தம் தூறும்...

*மா.கார்த்தி
கேயன்*

தந்தையின் வருத்தம்

தந்தையோ விவசாயத்தை மட்டுமே
நம்பி இருக்கும் விவசாயி !

அவருக்கோ
தன் மனைவியும்,
தான் பெற்ற ஒரு புதல்வனும்
ஒரு புதல்வியும்
பின்,
கொஞ்சம் நிலம் தவிர
வேறு எதுவும் அவருக்கு சொத்துமில்லை...

தொழில்நுட்பம், தொழிற்சாலை, போன்றவற்றை
கட்டுவதற்காக
மரங்களை அழித்ததால்
பின்,
தொழில்நுட்பம் நாளுக்கு நாள்
பெருகியதால்
நிலத்தடி நீரோ குறைந்ததால்
விவசாய நிலமோ நீர் இல்லாமல்
வற்றி கிடக்க..

ஏதே இருப்பதை நாளுக்கு
ஓரிரு வேலை சாப்பிட்டு
நாளோ போனது
பின்,
வேலை ஏதுமின்றி
வறண்ட
பாலைவனம் போல்
பஞ்சத்தில் வாடி கிடக்க..

பின்,
இதேபோல் நாளோ போகையில்

அக்காவிற்கோ வரன் என்று
பார்க்க வந்த மாப்பிள்ளையோ
வரதட்சணை என்று ஒன்றும் வேண்டாம்
நீ மட்டும் வந்தால் போதுமென்று சொல்ல

விட்டில் உள்ள எல்லார்க்கும் மாப்பிள்ளையை பிடித்திட

பின், அவர்கள் பெற்றோரோ
பெரிய அளவில் சீர் கேட்க....

அதில் சிறிதும் எனது தந்தையால்
குடுக்க முடியாமல்

மனதுக்கு பிடித்தும் தன் மகளுக்கு
மனம் பிடித்து குடுக்க வசதியில்லை
என்று வருத்தமே என் தந்தைக்கு.....

கா.காமேஷ்வரன்

வரதட்சணை

வலிகள் பல உண்டு உலகில்
அதை தாய் இன்றி வாடும்
நான் சொல்வேன் கேளும்
பிறந்தவுடன் குடித்திட தாய்ப்பாலும் எனக்கில்லை...
தாலாட்டி வளர்த்திட தாய் ஒருத்தி தான் இல்லை
இடுப்போரம் வைத்து சோறூட்டி நினைவில்லை...

பாவம் ஒன்றும் செய்தது இல்லை என்னை பாவி என
எண்ணியது ஏன்..

சதையோடு சதையாய் எலும்போடு எழும்பாய்..

சதையும் எலும்புமாய் பத்துமாத முடிவிலேயே பூமியை
முத்தமிட்டேன் நான்
பிறப்பு என்னும் சிறப்பு பெயர்கொண்டு.....

என்னை முத்தமிட்டு முத்தமிட்டு அழுகு பார்த்ததா தாய்
வரதட்சனை என்னும் கொடுமையால்
தூக்கையும் முத்தமிட்டால்......

சிறு பிள்ளை நான்
இருந்தும் கண்களின் ஓரங்களில் வழிந்தது கண்ணீர்
துளிகள்....

ஒருவேளை இதுதான் தாய்ப்பாசமே..

புரிந்தும் புரியாமலும் கூறுகிறேன்..

வேண்டாம் இந்த வரதட்சணை என்று..

ஆரூர்.சிவ.மணிவேல்

வரன் தேடும் தந்தை

கரங்கள் செய்த புண்ணியமே!
மகளாய் கிடைத்த வரம்!
பெண்ணாய் பிறந்த வண்ணமே!
வாழ்க்கை தந்த உன்னதம்!

எட்டிப் பார்த்த கோபமும்
பாதச் சலங்கையில் மடிந்தது! - உன்னால்
பூட்டிக் கிடந்த மனமும்
பூவை தோளில் சுமந்தது!

பருவம் வந்த கன்னிகைக்கு
வரன்கள் தேடி வந்தது!
வானம் எட்டும் அளவிற்கு
சீதனம் கேட்டும் நின்றது!

சீதனம் வாங்கும் கைகள்
அன்பே அறியாது இருக்குமோ?
வரதட்சணை கேட்கும் உள்ளம்
சிரிக்க மறந்து வாழுமோ?

திருமண பந்த உறவுக்கு
ஆயுதம் ஏந்தாத போரா?
மனங்கள் சேரும் விழாவுக்கு
தங்கமும் வைரமும் சாட்சியா?

விலை பேசும் சீரழிவு...
தலை குனியச் செய்யும்!
சீதனம் என்னும் மடமை...
பெண்மை வாழ்வை ஒடுக்கும்!!!

ரஞ்சனி பழனிசாமி

வாழ்வு கொடு......

கண்ணீரை மறைத்து
வலிகளை புதைத்து
தன்னை சிதைத்தது
வாழும் பெண்களுக்கு
வாழ்வு கொடு
சீதனத்தால் சீரழிக்காதே
அவர்கள் வாழ்க்கை அளிக்காத

ஏழ்மை மதித்து
வாழ்வு கொடுத்திடு
சீதனம் எனும் கொடுமையால்
அழித்திடதே
இதயத்தில் வலிகள் சுமந்த வாழ்க்கை
சுமையாக மாற்றிடாதே
மனிதனே
சீதனக் கொடுமையால்
முதிர் கன்னிகளை உருவாக்கி விடாதே ஆண்களே
வாழ்க்கை போராட்டம் தான் வாழ்வே ஒரு சில
பெண்களின் வரதட்சனை கொடுமையால்
சீரழித்து சின்னாபின்னமாக மாற்றி விடாதீர்கள் ஆண்களே

கவி பித்தன் அஜீம்

சீதனமான இருமனம்

சீதனம் என்ற பெயரில்
வீட்டாரை துன்புறுத்தி,

வாங்கிய பொருட்கள்
அழகாக அடுக்கி,

வைத்திருக்கிறாயே அந்தப்
பொருட்களை எல்லாம்
வாங்க பட்ட
வலிகளையும் கடன்களையும்

தெருத்தெருவாக பிச்சை
எடுத்து அடக்கி

கொண்டிருக்கும் பெற்றோர்கள்
அவலநிலை கண்டீரோ?

பெண்ணையும் கொடுத்து
பொன்னையும் கொடுத்து

அடிமை வாழ்வில்
அடைக்கலம் தேடுகிறோமே

ஆசை வார்த்தையில் மயக்கி
இருகரம் பிடித்து
திருமணம் பண்ணும்
வீரம் படைத்த ஆண்களின் கேவலமான வார்த்தைகளே
சீதனமென்று எப்போது உணர்வீரோ..?

கவிஞர் பாரதி பாஸ்கி
காரைக்குடி

வாழ்வை பாழாக்கும் வரதட்சணை

தங்கம் ,வெள்ளி,
பித்தளை என அனைத்திலும் அடுக்கடுக்காக பாத்திர
வகைகள்
வாழ்வை பாழாக்கும்
வழக்கமிது

ஐம்பது சவரன் நகை
ஒரு மகிழுந்து
ஐம்பது ஏக்கர் நிலம்
என பேரம் பேசும்போது
மறந்து விடுகிறோம்
வாழ்வை பாழாக்கும் வழக்கமிது என்று

வர___ தட்சணை
பெண் எங்கள்
இல்லம் வர
வேண்டும் தட்சணை
என்று கேட்பாரிடம் சொல்லுங்கள்
வாழ்வை பாழாக்கும் வழக்கமிது என்று

வண்டி வண்டியாக
வரதட்சணை கொடுத்தால்
பெண்ணின் வாழ்வு வளமாகும் என்று எண்ணும்
பெற்றோரே
புரிந்து கொள்ளுங்கள்
வாழ்வை பாழாக்கும் வழக்கமிது என்று

வரமே எங்கள் பெண் தான் பிறகு ஏன் வரதட்சணை
என்று
எதிர்த்து கேட்க தொடங்கும் நாளே
வாழ்வை பாழாக்கும் வழக்கத்தின் அழிவின் தொடக்க
நாள்

வாழ்வை பாழாக்கும் வழக்கமிது
புரிந்து செயல்படுவோம்
புணரமைப்போம் மணவாழ்வை

கவிச்செம்மல்
ஆ.நித்ய கல்யாணி
மதுரை